ഗ്രീൻ ബുക്സ്

സ്വാതിമേഘം

എസ്. രമേശൻ നായർ

കവി, ഗാനരചയിതാവ്, പത്രപ്രവർത്തകൻ,
നാടകകൃത്ത്, വിവർത്തകൻ, തിരക്കഥാകൃത്ത്.
1948 മെയ് 3ന് കന്യാകുമാരി ജില്ലയിലെ
കുമാരപുരം ദേശത്ത് ജനനം.
സൗത്ത് ട്രാവൻകൂർ ഹിന്ദു കോളേജ്, നാഗർകോവിൽ;
കാത്തോലിക്കേറ്റ് കോളേജ്, പത്തനംതിട്ട
എന്നിവിടങ്ങളിൽ വിദ്യാഭ്യാസം.
1973 മുതൽ 1975 വരെ കേരള ഭാഷാ
ഇൻസ്റ്റിറ്റ്യൂട്ടിൽ സബ് എഡിറ്റർ.
1975 മുതൽ ആകാശവാണിയിൽ.
1995ൽ സ്വയം വിരമിച്ചു.

കൃതികൾ: *കന്നിപ്പൂക്കൾ, പാമ്പാട്ടി, ഹൃദയവീണ, സൂര്യഹൃദയം, ഭാഗപത്രം, 101 ശ്രീകൃഷ്ണഗാനങ്ങൾ (കവിത), ആൾരൂപം (ഏകാംഗങ്ങൾ), ശിവശതകം, ഗുരുവായൂരപ്പ ശതകം (ഖണ്ഡകാവ്യം), ശതാഭിഷേകം (റേഡിയോ നാടകം), പഞ്ചാമൃതം (കുട്ടിക്കവിതകൾ), തിരുക്കുറൽ, സുബ്രഹ്മണ്യഭാരതിയുടെ കവിതകൾ, ഇളയരാജയുടെ സംഗീതക്കനവുകൾ (വിവർത്തനം).*

പുരസ്കാരങ്ങൾ: പുത്തേഴൻ അവാർഡ്, ഇടശ്ശേരി അവാർഡ്, കേരളപാണിനി പുരസ്കാരം, വെണ്മണി അവാർഡ്, പൂന്താനം സ്മാരക അവാർഡ്, മഹാകവി ഉള്ളൂർ അവാർഡ്, ജന്മാഷ്ടമി പുരസ്കാരം, മഹാകവി വെണ്ണിക്കുളം അവാർഡ്, രേവതി പട്ടത്താനം കൃഷ്ണഗീതി പുരസ്കാരം, ഫിലിം ക്രിട്ടിക്സ് അവാർഡ്,

*വിലാസം: മാധവ നിവാസ്, എളമക്കര തപാൽ,
കൊച്ചി – 682 026*

കവിത

സ്വാതിമേഘം

എസ്. രമേശൻ നായർ

ഗ്രീൻ ബുക്സ്

green books private limited
gb building, civil lane road, ayyanthole,
thrissur- 680 003, kerala, ph: +91 487-2381066, 2381039
website: www.greenbooksindia.com
e-mail: info@greenbooksindia.com

malayalam
swathimegham
poem
by
s. ramesan nair

first published 1993
first green books edition june 2011

cover design : rajesh chalode

branches:
thrissur 0487-2422515
thiruvananthapuram 0471-2335301
calicut 0495 4854662
ernakulam 8589095302

isbn : 978-93-80884-16-5

GBPL/366/2011

മുഖക്കുറി

എസ്. രമേശൻനായരുടെ തെളിമയൂറുന്ന കവിതകളാണ് സ്വാതിമേഘം എന്ന ഈ കവിതാസമാഹാരം. സംഗീതത്തെ ധ്യാനിച്ച സ്വാതിതിരുനാൾ മുതൽ ശ്രീചിത്തിരതിരുനാൾ വരെയുള്ള തിരുവിതാംകൂർ രാജപരമ്പരയിലൂടെയുള്ള കവിയുടെ യാത്രയാണ് പ്രധാന ഉള്ളടക്കം. അരുവിപ്പുറത്തെ ആത്മീയവിപ്ലവത്തിലൂടെ ജനഹൃദയങ്ങളിലിടം കൊണ്ട ശ്രീനാരായണ ഗുരുദേവൻ, ആശ്ചര്യചൂഡാമണിയിലൂടെ വിശ്രുതനായ ശക്തിഭദ്രകവി തുടങ്ങിയ വ്യക്തിത്വങ്ങൾ വേറേയുമുണ്ട്. കാച്ചികുറുക്കിയെടുത്ത വരികളിൽ അർത്ഥം മാത്രമല്ല ഭാവവും പൂർണം. സന്ധ്യക്കു വച്ച നിലവിളക്കുപോലെ മനസ്സിനെ അവ പ്രഭാപൂർണമാക്കുന്നു

കൃഷ്ണദാസ്
മാനേജിങ് എഡിറ്റർ

അഖിലകേരള
അക്ഷരശ്ലോക പരിഷത്തിനും
അക്ഷരശ്ലോകകലയെ
സ്നേഹിക്കുന്നവർക്കും
പുതിയ തലമുറയുടെ അരങ്ങിൽ
കാവ്യപ്രതീക്ഷയുടെ
അക്ഷരവിളക്കു തെളിക്കുന്ന
ശ്ലോകക്കുട്ടികൾക്കും

ഉള്ളടക്കം

അനുബന്ധം

സ്വാതിമേഘം*

നാദബ്രഹ്മശിവാബ്ധി ചൂഴ്ന്നു നടുവിൽ-
പ്പൊന്തും കിളിപ്പച്ചയി-
ന്നാ,ടെൻ പുണ്യപുരാണമേധ! തിരുവാം-
കോടിന്റെ ഹൃത്തന്ത്രികൾ
ആരായുസ്സോടിണക്കിയാദിമധുര-
ശ്രീരാഗഗർഭത്തിലെ-
പ്പൂമുത്തായ്പ്പുകൾപെറ്റ[1], തത്തിരുമന-
സ്സിന്നെൻ മനസ്സല്ലയോ?

പാടിപ്പോയിരയിമ്മസൗമ്യകവിതാ-
കണ്ഠം, കളിത്തൊട്ടിലൊ-
ത്താടീ പൂമധുവുണ്ടുണർന്ന മധുര-
ത്തിങ്കൾക്കിടാവിൻ മുഖം[2];
പാടീരാമൃതമാരിപെയ്തു ഹൃദയാ-
കാശപ്രകാശങ്ങളിൽ-
ച്ചൂടിച്ചുള്ളനുരാഗമാലിക വൃഥാ
വിൽക്കുന്നു ദുഃഖങ്ങൾ നാം!

രാവിൽപ്പക്ഷികളക്ഷരശ്രുതി മുഴ-
ക്കീടുന്നയാമം; കുളി-
ച്ചീറൻചുറ്റിയഹം മറന്നു തൊഴുക-
യ്യായ്ത്തീരുമാപ്പൗരുഷം;
നാഭീപത്മ! മതിന്റെ കർണ്ണികയിൽവ-
ച്ചീനാടു കാക്കുന്ന സം-
ഗീതക്കാർമുകിലിന്നനന്തശയനം;
കർപ്പൂരമിന്നെൻ മനം!

---

* 1984-ലെ പണ്ഡിതരാജൻ കാണിപ്പയ്യൂർ സ്മാരക 'കവനകൗതുകം' അവാർഡു ലഭിച്ച കവിത.

1. ഗർഭശ്രീമാനായിരുന്നുവല്ലോ സ്വാതിതിരുനാൾ.

2. ഇരയിമ്മൻതമ്പിയുടെ പ്രസിദ്ധമായ ആ താരാട്ട്... 'ഓമനത്തിങ്കൾക്കിടാവോ...'

തന്നാദർശമൊരേകനീഡ, മതിലെ-
ബ്ഭാഷയ്ക്കു സംഗീതമെ-
ന്നല്ലോ നാമ,! മൊരാത്മജാഗൃതിയതാ-
ണാകാശവും ഭൂമിയും!
എന്നും നൂറുരു സിന്ധുഭൈരവി പഠി-
പ്പിക്കുന്നു മൂവന്തിതൻ-
കുന്നും താഴ്‌വരയും കുളിർക്കെയിവിടെ-
ശ്ശംഖുംമുഖം ശ്രീമുഖം!

നട്ടപ്പാതിരയിങ്കലൂടുവഴിയിൽ-
ത്തേരിന്റെ ഹിന്ദോള? മാ-
രൊറ്റയ്ക്കും കുതിരയ്ക്കുമേൽ ത്രിപുടതാ-
ളത്തിൽക്കുതിയ്ക്കുന്നവൻ?
നട്വന്മാരൊടു ഗീതവിദ്യനികഴും
ദർബ്ബാറിലാഭീരമായ്-
ക്കത്തും കാന്തവിളക്കു? ഭൈരവി വരിയ്-
ക്കും സ്വാതിനക്ഷത്രവും?

കണ്ടെത്തേണ്ടതുകണ്ട നിന്റെയുയിരിൽ-
ച്ചൂടേറ്റുമാദ്ദീപകം-
കൊണ്ടെത്തിയ്ക്കുമൊരമ്മവീട്ടി[3], ലനുകാ-
സന്താപകല്യാണിയായ്
തൻ പ്രാണാധിപനൂട്ടിയോരു പരമാ[4]-
നന്ദസ്മൃതിക്കട്ടിലിൻ-
മന്ത്രം കേട്ടു തുടുത്തുണർന്ന വിരഹം
സ്വർഗ്ഗങ്ങൾ തീർത്തീലയോ?

ഊരീട്ടില്ലുടവാ,ളധർമ്മതിമിരം-
തേറാത്ത തൻ നാട്ടിലു-
ള്ളോരോ കൂരയുമർത്ഥമാർന്നു തനിയേ
രാജിയ്ക്കുമോരോസ്വരം;
നീ രാജൻ, കണികണ്ടതാത്മകൃതിതൻ
വർണ്ണങ്ങൾ, കർണ്ണങ്ങൾ പാൽ-
നൂറാടിച്ചതു ശങ്കരാഭരണമോ?
നിൻ കർമ്മനൈപുണ്യമോ?

3. തിരുവട്ടാർ അമ്മവീട്.
4. 'പ്രാണനാഥനെനിയ്ക്കു നല്കിയ...' എന്ന പ്രസിദ്ധമായ ഗീതം.

നക്ഷത്രം വിളയുന്ന മണ്ഡപ[5],മഹം-
കാരത്തെ വാത്സല്യമായ്-
ശ്ശിക്ഷിയ്ക്കും മഹിതത്വം, അന്യകലയിൽ-
ക്കണ്ണായ പുണ്യാലയം[6];
രക്ഷാബന്ധ! മനേകകർമ്മവിരുതി-
ന്നേകത്വ; മാത്മാവിലും
ലക്ഷ്മീദേവിയെടുത്തണിഞ്ഞ കുറി, നീ
സൗഭാഗ്യഭാഗ്യക്കുറി!

സ്വർഗ്ഗം ശംഖിലൊഴുക്കിടുന്ന യമുനാ-
തീർത്ഥം പ്രഭാതം; കുയിൽ-
പ്പറ്റങ്ങൾക്കു വിരുന്നൊരുക്കുമഴകിൻ
ഭൂപാളസിംഹാസനം;
കറ്റക്കാർമുകിൽവർണ്ണ! നിന്റെ പദദാ-
സൻ ചൂടുമൗദാര്യവെൺ-
കൊറ്റപ്പൂങ്കുട കണ്ടുണർന്നു ഭുവനം;
സംഗീതസാമ്രാജ്യവും!

ഓടീതോടികൾ കായലിൽ, പ്രിയരുമൊ-
ത്തൂഞ്ഞാലിലോണങ്ങൾ കൊ-
ണ്ടാടീ പന്തുവരാളിമാ, രതിനുകൈ-
കൊട്ടീ വിരാടൻ വിഭു!
പാടീ മോഹന ചക്രവാക, മകമേ
നീറുമ്പൊഴും നിൻ കരം-
തേടീ തംബുരുവിന്റെ തേങ്ങ, ലിരുളിൽ-
ത്തത്തുന്ന വെട്ടങ്ങളിൽ!

എല്ലാമോർമ്മകളിൽക്കൊരുത്ത തിരുവ-
ട്ടാറും മെലിഞ്ഞൂ, ബലി-
ക്കല്ലിന്മേൽത്തലതല്ലിയന്ത്യവിധികാ-
തോർക്കുന്നു വേണാടിതാ,
അല്ലൽത്തീ കടയുന്ന വേളിമല വി-
ള്ളുന്നൂ, തുരുമ്പായ്ക്കഴി-
ഞ്ഞല്ലോ ധീരചരിത്രവായ്ത്തലകൾ പാഴ്-
ക്കൊട്ടാരവട്ടങ്ങളിൽ!

5, 6. നക്ഷത്രബംഗ്ലാവും ഇന്നത്തെ യൂണിവേഴ്സിറ്റി കോളേജുമെല്ലാം സ്വാതിതിരുനാളിന്റെ സംഭാവനകളാണ്.

ഭൂപാളങ്ങളുറങ്ങിയിന്നു ഹരികാം-
ബോജിയ്ക്കു നാവ, റ്റുഷഃ-
കാലാരോഹണസംക്രമത്തിലിടറി-
ത്തേന്നുന്നു ഹംസധ്വനി;
മായാമാളവഗൗള മൗനഭജനം
പൂണ്ടൂ, വയറ്റത്തടി-
ച്ചോരോ വേദന പാട്ടുനീട്ടിയിവിടെ-
ച്ചുറ്റുന്നു വറ്റുണ്ണുവാൻ!

ഏതോ പല്ലവിയായ്ത്തളിർത്തു കരിയും
സ്വപ്നം, വിയദ്ഗംഗതൻ-
തീരം തേടിയലഞ്ഞിടുന്ന ഹതമോ-
ഹത്തിന്റെ പൈക്കുട്ടികൾ
ജീവത്തന്ത്രി തകർന്ന തംബുരു;വിതോ
ജന്മം? സുധാവർഷിണീ-
രാഗത്തിൻ പൊരുളേ, കനത്തമുകിലായ്-
പ്പെയ്യാനണഞ്ഞാവു നീ! ■

ശുചീന്ദ്രം

ഇന്ദ്രത്വം ശുചിയാക്കിടുന്നൊരമൃത-
ക്ഷേത്രത്തി[1] ലെൻ ചിത്തമേ
സ്പന്ദിച്ചീടുക നീ, ശുചീന്ദ്രകഥയിൽ-
പ്പൂക്കുന്ന വാക്കിൻ മണം
ശംഭോശങ്കരമന്ത്രമായി, വിരലിൻ-
തുമ്പത്തു രുദ്രാക്ഷമാ-
യംഗാന്തസ്ഥിത സർപ്പമായി[2] നിനവിൽ-
ച്ചുറ്റിത്തെഴുക്കേണമേ!

ധ്യാനത്തിൽപ്പരതുന്ന വേരുകൾ, വട-
ക്കേടത്തു സർവേശ്വരോട്-
ഗാനത്തിൽച്ചികയുന്ന ചില്ലക,ളില-
ച്ചുണ്ടത്തു പഞ്ചാക്ഷരം[3]
ഞാനല്ലോ തിരുമുമ്പിലിങ്ങനെ കണി-
ക്കൊന്നത്തണുപ്പായ്ത്തളിർ-
ത്താനന്ദിപ്പതു; ഹാ! പൊഴിഞ്ഞതു സഹ-
സ്രാബ്ദങ്ങളോ? പൂക്കളോ?

താനേ ശങ്കരനെന്നറിഞ്ഞു ഭഗവൻ,
നീ കാലടിബ്രാഹ്മണ-
ജ്ഞാനത്തിൽക്കനിവാർന്നു[4] ഭിക്ഷയരുളീ
പൂർണ്ണത്വമാർജ്ജിക്കുവാൻ

---

1. അഹല്യാമോക്ഷകഥയിൽ ഗൗതമശാപമേറ്റ ഇന്ദ്രന് ശുചിത്വം വീണ്ടുകിട്ടിയ സ്ഥലമായതുകൊണ്ടത്രേ ശുചീന്ദ്രം എന്ന പേര്.
2. കുണ്ഡലിനി.
3. ശുചീന്ദ്രം ക്ഷേത്രത്തിൽ വടക്കേടത്തു നില്ക്കുന്ന കണിക്കൊന്നയ്ക്ക് സഹസ്രാബ്ദങ്ങളുടെ പഴക്കമുണ്ടെന്ന് പ്രസിദ്ധി.
4. ശ്രീപരമേശ്വരന്റെ അവതാരമാണ് ആദിശങ്കരൻ എന്ന വിശ്വാസം. ആദിശങ്കരന് ശുചീന്ദ്രനാഥനാണത്രേ ജ്ഞാനഭിക്ഷ നല്കി പൂർണ്ണത കൊടുത്തത്.

ജ്ഞാനപ്പുണ്യകഥയ്ക്കു സാക്ഷിപറയും
ഭണ്ഡാരമൗനത്തിലി-
ഗ്ഗാനത്തിന്റെ പിടിപ്പണങ്ങളിടുവേൻ
കാലം കടംകൊള്ളുവാൻ!

നാദബ്രഹ്മമുറഞ്ഞൊരേകശിലയാ-
മദ്വൈതമേ[5], സപ്തവർ-
ണ്ണാദിത്യസ്മൃതി നിന്നിലൂടെയറിവൂ
സത്യം, ശിവം, സുന്ദരം!
സാധർമ്മ്യേതര വിശ്വരാഗലയവിസ്-
താരം കണക്കത്ഭുതാ-
ഹ്ലാദം വാർത്തൊരു തുംഗഗോപുര ജട-
ക്കെട്ടിൽ[6]ക്കലാകൗതുകം!

തത്ത്വത്തിന്നൊളിപൂത്തിരമ്പുമമര-
ത്രിത്വത്തിലേകത്വമാം-
സത്യം[7] കണ്ടറിയുന്നതിന്നു നിലയാ-
റും[8] കേറിയെത്തുന്ന ഞാൻ
അർത്ഥാപത്തിയിൽ[9] ദേവദാസിയവളെ[10]-
ക്കാണുന്നിതാരാ, ലതാ-
നൃത്തത്തിന്റെയൊരുക്കമോടെ, മധുരോ-
ദാരം ത്രിവേണീമുഖം!

---

5. ഒറ്റക്കല്ലിൽ കടഞ്ഞെടുത്ത, ഏഴ് ഉപസ്തംഭങ്ങളോടുകൂടിയ നാദശില. ഓരോ ഉപസ്തംഭവും ഉണർത്തിയാൽ സപ്തസ്വരത്തിലെ ഓരോ സ്വരം ഉതിർക്കുന്നു.
6. വിശ്വസംഗീതസ്വരവിസ്താരത്തിന്റെ ആരോഹണംപോലെ ജഗൽപ്പിതാവിന്റെ ജടക്കെട്ടുപോലെ, ഉയർന്ന് ചന്ദ്രക്കല ചൂടിനില്ക്കുന്ന ശുചീന്ദ്രത്തെ ഏഴുനില ഗോപുരം.
7. സ്ഥാണുമാലയപ്പെരുമാളാണു ശുചീന്ദ്രത്ത്. സ്ഥാണു: ശിവൻ; മാൽ: വിഷ്ണു; അയൻ: ബ്രഹ്മാവ്. ത്രിമൂർത്തികളുടെ ഏകരൂപവും ത്രിത്വത്തിന്റെ പ്രത്യക്ഷപ്പൊരുളുമാകുന്നു ശുചീന്ദ്രനാഥൻ.
8. 'പടിയാറും കടന്നവിടെച്ചെല്ലുമ്പോൾ...' കാണുന്ന സത്യം.
9. വാക്കുകൾക്കതീതമായ 'ചൊല്ലാനില്ലെന്നവസ്ഥ...'
10. ശുചീന്ദ്രത്ത് ഉണ്ടായിരുന്ന ദേവദാസീസമ്പ്രദായവും ദേവദാസീനൃത്തവും ചരിത്രപ്രസിദ്ധമാണ്. ഗോപുരത്തിന്റെ ആറും കടന്ന് ഏഴാം നിലയിൽ എത്തിയാൽ കന്യാകുമാരിയിലെ ത്രിവേണീസംഗമം വ്യക്തമായി കാണാം. നീലച്ചേലഞൊറിഞ്ഞും തിരകളെക്കൊണ്ടു വെള്ളിച്ചിലങ്കയണിഞ്ഞും നൃത്തത്തിനൊരുങ്ങുന്ന സമുദ്രവും ഒരു ദേവദാസി!

സങ്കല്പങ്ങളഗസ്ത്യകൂടമണയാൻ
പൊന്തുമ്പൊഴൈരാവത-
ക്കൊമ്പിൻ തുമ്പുരസിച്ചുരന്ന കനിവാം-
കോട്ടാറി[11] ലാറാടി നീ
ഗംഗാചൂഡ! മടങ്ങുമാർദ്രധനുമാ-
സത്തിന്റെ തേരോട്ടമോ[12]
നെഞ്ചിൽപ്പൂചൊരിയുന്ന? തിന്ദുകലനാ-
ണിയ്ക്കുന്ന കണ്ണോട്ടമോ?

ഏതേതൊക്കെയഹല്യമാരെ വഴിതെ-
റ്റിയ്ക്കുന്നു പാകാരിമാർ[13]
ദാരിദ്ര്യക്കുടിലിന്നിരുട്ടി, ലുയിർ നീ-
റ്റീടുന്ന ശാപാഗ്നിയിൽ
നീയല്ലാതെയവർക്കുമുക്തിയരുളാ-
നാരുണ്ടു? മുമ്മൂർത്തികൾ-
ക്കാധാരേശ്വര! കാൽനഖേന്ദുകലയി-
ക്കാലം തെളിച്ചീടുക!

മുക്കീടാവു തിളച്ച നെയ്യിലുലകം
ക,[14]യ്യുണ്മ വെല്ലുന്നൊരാ-
സൽക്കൃത്യം കുളിരാർന്നിടട്ടെ, യൊരുചോ-
ദ്യം ഞാൻ തൊടുക്കട്ടെയോ?
നിർത്തിപ്പോയ പരീക്ഷണത്തിലിനിയും
കൈമുക്കിയാൽക്കഷ്ടമി-
ന്നെത്രയ്ക്കാളുകൾ ബാക്കിയാവുമിവിടെ-
സ്സ്വാതിയ്ക്കു കൈ കൂപ്പുവാൻ? ■

---

11. ഇന്ദ്രന് തീർത്ഥസ്നാനത്തിന് അടുത്തെങ്ങും ഒരു നദി ഉണ്ടായിരുന്നില്ല. ഐരാവതം ദൂരെക്കണ്ട അഗസ്ത്യകൂടനിരകളിൽ കൊമ്പുകുത്തി ഒരു വിള്ളലുണ്ടാക്കിയത്രേ. അവിടെനിന്ന് 'ദന്തിനദി' അഥവാ കോട്ടാറ് പ്രവഹിച്ചുതുടങ്ങി. കോട്ടാർ എന്ന പേര് ഇന്ന് നാഗർകോവിലിലെ തിരക്കുപിടിച്ച കച്ചവടകേന്ദ്രത്തിനു ലഭിച്ചിരിക്കുന്നു.
12. ഇന്നും ശുചീന്ദ്രംതേരോട്ടം അവിടത്തെ പ്രൗഢമായ ദേശീയോത്സവമാണ്. ധനുമാസത്തിലാണ് ഈ ഉത്സവം.
13. അന്ധമായ ഇന്ദ്രവേഗങ്ങൾ. പാകാരി: ഇന്ദ്രൻ. പാകത്തിന്റെ—പ്രായഭേദവിവേചനൗചിത്യത്തിന്റെപോലും ശത്രുക്കൾ എന്നു വിവക്ഷ.
14. ചരിത്രപ്രസിദ്ധമായ 'ശുചീന്ദ്രംകൈമുക്ക്'. അഴിമതിയും കുറ്റങ്ങളും തെളിയിക്കാൻ തിളച്ച നെയ്യിൽ കൈമുക്കുന്ന സത്യപരീക്ഷണം. സത്യമുള്ളവന്റെ കൈ സ്ഥാണുമാലയമൂർത്തിയുടെ അനുഗ്രഹംകൊണ്ട് പൊള്ളുകയില്ല എന്നു വിശ്വാസം. ഈ ക്രൂരമായ പരീക്ഷണം ഒരു വിളംബരം വഴി നിർത്തൽ ചെയ്തത് സ്വാതിതിരുനാൾ മഹാരാജാവാണ്, കൊല്ലവർഷം 1020-ൽ.

സോപാനഗീതം

കല്ലിൽക്കാൽനഖമേറ്റുണർന്ന കവിതേ,
രാമായണച്ചില്ലമേ-
ലല്ലിത്തേനുറവായ്ച്ചുരന്ന കനിവേ,
നീയാം വെളിച്ചത്തിനെ
ഇല്ലിക്കാടുകളാർന്ന ഹർഷപുളക-
ത്തിൻ പാരവശ്യത്തിനെ-
പ്പുല്ലിൻതണ്ടിലൊതുക്കുമെന്റെയവിവേ-
കത്തിന്നു മാപ്പാക നീ!

ഏതാത്മാവിനെയാസുരത്വമൊരു ഭാ-
ഗത്തും പ്രതീക്ഷാരുണ-
ശ്രീതാവുന്നൊരു ദേവവാഞ്ഛ മറുഭാ-
ഗത്തും നിരന്നങ്ങനെ
ഓതാനാർക്കുമെളുപ്പമാമമരമ-
ന്ത്രത്താൽക്കടഞ്ഞീടവേ
നീ താരുണ്യരസത്തൊടൂറിയതിലെ-
പ്പീയൂഷസാരാംശമായ്?

വേദത്തിന്റെ ഞരമ്പിലൂടെയൊഴുകും
ഹൃദ്രക്തമേ! നിൻകളി-
പ്പാദങ്ങൾക്കു ചിലങ്കകെട്ടിയിവിടെ-
ത്തുള്ളിച്ചുനാ, മെങ്കിലും
ആ ദർപ്പത്തെ മഹത്ത്വമാക്കുമലിവേ,
പൊൻത്രാസിലെക്കാലവും
വേദവ്യാസകൃതിയ്ക്കു തൂക്കമധികം
സ്വർല്ലോകനേത്രത്തിലും!

നേരമ്പോക്കിനു നീക്കിവച്ച ചതുരം-
ഗത്തട്ടിലാൾരൂപമായ്-
ത്താരാടിപ്പിറകൊണ്ട നിന്റെ മധുരാ-
നന്ദത്തിലിന്നേവരെ

ഓരോ ചിത്തവുമൂയലാടുമളവിൽ
പൊന്നാലിലത്തൊട്ടിലിൽ
താരാർമങ്കതൊഴുന്ന പുണ്യമഴതാ-
നുണ്ണുന്നു തൃക്കാൽവിരൽ!

സ്വന്തം കൈവിരലാൽത്തൊടുന്ന മണലും
പഞ്ചാരയാക്കീ, ട്ടതിൽ
ചെന്താരാരുവിടർത്തിനിർത്തി, ഗുരുവാ-
മാ നാട്ടെഴുത്തച്ഛനെ
ചിന്താസുന്ദരമാം മണിച്ചിറകിനാൽ
വീശിക്കുളിർപ്പിച്ചു നി-
ന്നന്തഃശുദ്ധി കൊളുത്തിവച്ചു ഹരിനാ-
മത്തിൻ ചെരാതിൽസ്സുഖം!

മേഘം മദ്ദളമാക്കിടുന്ന കലതൻ
മുറ്റത്തു വെൺചേങ്കില-
ത്താളം ദൂതുപറഞ്ഞൊരന്നനടതൻ
സോപാനസംഗീതമേ,
ആകാശത്തു ചുവന്നതാടി തിരനോ-
ക്കുമ്പോൾക്കൊളുത്തുന്നു നീ-
യാഹാ കേളിവിളക്കു! നിന്റെ ചിരി മോഷ്-
ടിപ്പൂ ചിലമ്പൊച്ചകൾ!

നീ മൺപുറ്റിനകത്തെ മന്ത്രസുഖമായ്,
പർണ്ണാശ്രമം പോറ്റിടും
പ്രേമത്തിന്റെ സുഗന്ധമായി, വിരഹം
പേറുന്ന മാധുര്യമായ്,
ഓമൽത്തിങ്കളെ മാറണച്ചുപുണരും
വാത്സല്യമായ്, നിത്യവും
നാമന്തിത്തിരിവച്ചു നിന്നെയുയിരിൽ-
ച്ചൂടുന്നു സൗഭാഗ്യമായ്!

ഞെട്ടറ്റീപ്പകലിന്റെ പൂവുകൊഴിയു-
ന്നേരത്തു നീയമ്മയായ്-
ത്തൊട്ടിൽപ്പാട്ടിലുറക്കിടുന്നു ശിശുവായ്-
ത്തീരും പ്രപഞ്ചത്തിനെ;
പൊട്ടിപ്പോം ചരടേച്ചുകെട്ടിയ പഴ-
മ്പാണൻ തുടിക്കോലിനാൽ-
ക്കൊട്ടിപ്പാടിയുണർത്തി നിന്റെ പരമാ-
ത്മാവിന്റെയുൾക്കണ്ണിനെ!

ശാപങ്ങൾക്കുദകക്രിയയ്ക്കു കനിയും
ഭാഗീരഥീതീർത്ഥമേ,
നീ പഞ്ചാക്ഷരമന്ത്രമായ്ക്കുടിയിരു-
ന്നീടും ജടക്കെട്ടിലും
ആപദ്ബാന്ധവചിന്തപോലെ നിയതം
ഭസ്മം തൊടീക്കുന്ന നിഷ്-
കാപട്യക്കല പൂനിലാവു പൊഴിയും
പുണ്യത്തെ വാഴ്ത്തട്ടെ ഞാൻ!

സന്താപത്തിനു തോണിയായ കവിതേ,
നീ പുത്രദുഃഖത്തിനോ
പൂന്തേനായ്? തളർവാതരോഗമുടനേ
മാറ്റുന്ന ഭൈഷജ്യമായ്?
മീന്തൊട്ടിട്ടു സുഗന്ധമായ്? കനകധാ-
രാദ്വൈതിതൻ ചെപ്പിലെ-
പ്പന്തായ്? കാലടി കൂപ്പുമെൻ കരളിലെ-
പ്പൊന്നിൻ മയിൽപ്പീലിയായ്?

ശോകത്തിൻ സ്ഫുരണം കടഞ്ഞു കനകം
വാർക്കുന്ന ചൈതന്യമേ,
മൂകത്വത്തിനു നാവുനൽകിടുമന-
ന്തപ്രേമവൈവശ്യമേ,
ലോകങ്ങൾക്കുയിരൂട്ടിടുന്ന പൊരുളിൻ
വാഗർത്ഥസായുജ്യമേ,
വാകച്ചാർത്തു തൊഴാൻ വരും കരളിൽ നീ
വർഷിപ്പു പഞ്ചാമൃതം!

അരുവിപ്പുറത്ത് ഒരു സന്ധ്യ

ആയാസവേനലറുതിയ്ക്കരുവിപ്പുറത്തു
പോയീ വിനമ്രതകൾ നമ്മൾ മനം കുളിർക്കാൻ[1]
മായാപ്രപഞ്ചഹൃദയത്തിലുറന്ന സൂര്യ-
ഗായത്രിയായൊഴുകുമാറ്റിനിറമ്പിലൂടെ[2]

നെയ്യാറ്റിനോടു പക തോന്നുവതാർക്കു? വേദ-
പ്പയ്യും തെളിച്ചു കുടനീർത്തിയ രാവുതോറും
ഇയ്യാറ്റുവക്കിലണയുന്നൊരു പുണ്യമത്ത്യ-
ക്കയ്യാൽത്തൊടുന്ന കനിവേ നിനവിൽച്ചുരക്കൂ.[3]

നേരെന്തു, പാൽക്കടലിലന്തിയുറങ്ങവേ ത-
ണ്ണീരിന്നു പൈക്കളുടെ ദാഹമുരുമ്മിടുമ്പോൾ
ചൂരൽച്ചുഴറ്റലിവിടേയ്ക്കു തെളിക്കയോ? നെ-
യ്യാറേ, നിനക്കു ഗതിയെന്തിനി മോക്ഷമെന്യേ?

നീയീവിധത്തിലമൃതത്വരസം ചുരത്തി-
പ്പായുന്നു, ദിവ്യസുഖമാർന്ന പരാനുരാഗം
ആയർപ്പുരത്തിലുറകൂടുവതിന്നു, പൈമ്പാ-
ലായിട്ടു രാധയുടെ രാഗസരിത്തുപോലെ!

അല്ലായ്കിലെന്തിനിരുകൈകളിലേറ്റു കണ്ണൻ
കല്യാണിനിയ്ക്കു ചുടുചുംബനമേകിടുന്നു?
എല്ലാ ചരാചരവുമാർന്ന ഭവാർത്തിയാകും-
വല്ലായ്മ തീർപ്പവനു ദാഹ?മിതെന്തബദ്ധം!

---

1. 1976 മെയ് 5-ാം തീയതി.
2. നെയ്യാറ്റിൻകര ടൗണിൽനിന്ന് വളരെക്കുറച്ചു ദൂരമേയുള്ളൂ അരുവിപ്പുറത്തേക്ക്, നെയ്യാറിന്റെ കരയ്ക്കുകൂടി നടന്നാൽ.
3. നെയ്യാറ്റിൻകര ശ്രീകൃഷ്ണസ്വാമിക്ഷേത്രപരിസരത്തെ തഴുകി നെയ്യാറൊഴുകുന്നു.

നേരേ നടന്നു കയറീ വിനയങ്ങളായ് നാ-
മോരോ ചവിട്ടുപടി—അല്ല—വിശിഷ്ടസൂക്തം;
ആരമ്യസന്ധ്യ ശിവപൂജകഴിച്ചുപോയി-[4]
ത്തോരാനിടുന്നിതയയിൽച്ചില കാവിവസ്ത്രം!

മണ്ണിൽത്തളിർത്തു കദനങ്ങളിലാണ്ടു വീണ്ടും-
മണ്ണായി മാറിടുകയെന്ന നിതാന്തദുഃഖം
കണ്ണിൽത്തെളിഞ്ഞു കറപോക്കുവതിന്നു വെച്ച
കണ്ണാടി കണ്ടുടനെ നമ്മളെ നാമറിഞ്ഞു![5]

ഓരോ തരത്തിലിരുളേറിയ ജീവിതങ്ങൾ-
ക്കോരത്തെരിഞ്ഞു തെളിയും നറുനെയ്‌വിളക്കേ,
ഈ രമ്യഭൂവിലുമൊരമ്പലമായി നീ ശ്രീ-
നാരായണസ്മൃതി പൊഴിപ്പു ജഗത്തിലാകെ!

താഴത്തു കണ്ട ഗുഹതന്നിലുമാപ്പഴഞ്ച-
ന്മാരായ പൂർവ്വരുടെയുള്ളിലുമൊട്ടുകാലം
ധ്യാനത്തിലാണ്ട ഗുരുവോടു കയർത്ത രോഷ-
ജ്വാലാമുഖങ്ങൾ ശിലയായ് മരുവുന്നു നീറ്റിൽ.[6]

ചിത്തപ്രശാന്തിയുടെ നെൽക്കുല കൊക്കിലേന്തീ-
ട്ടത്രേ പറന്നു ചുഴലുന്നു വിയത്പതംഗം[7]
തത്ത്വപ്രകാശമുണരുന്നതു നോറ്റുകൊണ്ടോ
ചുറ്റും മരങ്ങളുടെ മൗലി വണങ്ങി നിൽപ്പൂ?

ധർമ്മപ്രചാരസഭ തായ്ത്തടിയെങ്കിലിങ്ങും
ഹർമ്മ്യം വിടർത്തിയിലവീശിയ ശാഖതന്നിൽ
നിർമ്മത്സരത്വമൊരു പൂങ്കുയിലാകവേ സത്-
കർമ്മപ്രബുദ്ധകളഗീതമുറന്നിടുന്നൂ![8]

---

4. അരുവിപ്പുറത്തെ ശിവക്ഷേത്രം തൊഴുത സന്ധ്യ.
5. അരുവിപ്പുറത്തെ പ്രതിഷ്ഠ ശിവനാണ്; കണ്ണാടിയല്ല. എങ്കിലും എല്ലാ പ്രതിഷ്ഠയും കണ്ണാടിയാണെന്നാണല്ലോ ഗുരുദേവൻ തെളിയിച്ചത്. അതിലൂടെ നാം കണ്ടറിയുന്നതും നമ്മെത്തന്നെയല്ലേ?
6. അരുവിപ്പുറത്ത് നെയ്യാറിന്റെ ഓരം ചേർന്ന് കാണുന്ന ഒരു ഗുഹയുണ്ട്. അവിടെ ഗുരുദേവൻ കുറെ നാൾ തപസ്സുചെയ്തിരുന്നതായി പറയുന്നു. പണ്ട്, വന്യമൃഗങ്ങളുടെ സങ്കേതമായിരുന്നു അവിടം. അവതന്നെയാണോ ഗുരുശാപമേറ്റ് ശിലകളായി ഇന്നും ആറ്റുവെള്ളത്തിൽ മൂഴ്കി നില്ക്കുന്നത്?
7. എപ്പോഴും സുഖകരമായ പ്രശാന്തതയാണ് അരുവിപ്പുറത്ത്.
8. അവിടെ, തീർത്ഥാടകർക്കു വിശ്രമിക്കുവാൻ ഒരു ആശ്രമമുണ്ട്.

അധ്യാത്മചിന്തയുടെ ഗോപുരമേറി നിൽക്കും
ചിത്തത്തിലന്തിയൊരു പൊൻതിരിയായ് വിളങ്ങി
തത്ത്വം മുഴങ്ങി,യൊരുജാതിയൊരേമതം, നാം-
സത്യം പുണർന്ന നിമിഷത്തിലൊരൊറ്റ ദൈവം!

സന്ദർശകന്റെ ഹൃദയാന്തരശുദ്ധിപോലെ
ചന്തത്തിലുണ്മ വിടരുന്നൊരു പുസ്തകത്തിൽ[9]
വെൺതാളിലെന്റെയവിവേകമബോധപൂർവം
എന്തേ നിരത്തിയതു വാക്കുകൾ? അല്ല, പൂക്കൾ![10]

'എല്ലാം മറക്കെ മുകുളങ്ങളുണർന്നു കയ്യിൽ
അല്ലാ മനസ്സി,ലരുവിപ്പുറമെത്തിയപ്പോൾ!
ഇല്ലാ കവിയ്ക്കതിനു വാക്കുകൾ, വാഗ്വിലാസ-
മല്ലോ പുഴയ്ക്കു കണിവച്ചു മടങ്ങി നമ്മൾ![11] ■

---

9. സന്ദർശകർക്ക് എഴുതാനുള്ള പുസ്തകം.

10. കവിതയിൽ വാക്കുകൾ പൂക്കളാണല്ലോ.

11. പുസ്തകത്തിൽ എഴുതിയ ശ്ലോകം. പരസ്പരം പറയുന്നത് കേൾക്കാൻ കഴിയില്ല. അത്ര മുഴക്കമാണ് പാറകളിൽ കുത്തിമറിഞ്ഞ് പുളഞ്ഞൊഴുകുന്ന നെയ്യാറിന്റെ വാചാലതയ്ക്ക്.

ചന്ദ്രോദയം

നേരംപോയ്, വെയിലാറിടുന്നു, വരുവിൻ
വത്സങ്ങളേ, വാനിലു-
ള്ളോരോ വൈതരണിക്കടമ്പയവിടെ-
ത്താണ്ടുന്നു മാർത്താണ്ഡനും.
ആരാദ്യം തറവാട്ടിലെത്തു,മവനോ
ഞാനോ? തണുപ്പേറുമീ
നീരിൽത്താണുയരുമ്പൊളോർമ്മയിലെനിയ്-
ക്കെന്താണൊരിന്ദ്രോത്സവം?

മുങ്ങുമ്പോൾത്തുടുചെമ്പരത്തിമലരോ
വെള്ളത്തിലോളങ്ങളിൽ-
ത്തിങ്ങുന്നൂ? പൊടിപൂണ്ട മെയ്യൊടൊരുനാൾ
വയ്യെന്നു വീടെത്തിയാൽ
അങ്ങോരോന്നുമൊരുക്കിവച്ചു വഴിയിൽ-
ക്കൺനട്ട വാത്സല്യമേ,
മുങ്ങേണം തവ കണ്ണുനീരി,ലതിലും-
ഭേദം തണുപ്പല്ലയോ?

ഞാനീയൊറ്റവരമ്പിലൂടെയലസം
നീങ്ങുമ്പൊഴേതോ മഴ-
ക്കാറാം പെൺകൊടിയെന്റെ നേർക്കു വലവീ-
ശീടാനൊരുങ്ങീടവേ
ആരേ, വെള്ളിയലുക്കുകൾക്കു പകരം
ഹർഷാശ്രുവൂർന്നീടുമെൻ
തൂമുത്തുക്കുടയായ് നിവർന്ന?തവളാം
പ്രേമത്തെ വാഴ്ത്തട്ടെ ഞാൻ!

വെട്ടും കൊമ്പിലിരുന്നൊരെന്റെ വിവര-
ക്കേടും പ്രിയേ നിയ്യുമായ്
കെട്ടിച്ചേർത്ത വിധിക്കുപോലുമിവനെ-
ക്കയ്ക്കുന്നു; കന്നാലികൾ

വട്ടം വിട്ടു നടന്നലഞ്ഞു വഴിതെ-
റ്റീടുമ്പൊഴും ഞാൻ നിന-
ക്കൊഡ്യാണം പണിവൂ മനസ്സിലുരുകീ-
ടും കുറ്റബോധത്തിനാൽ!

പോകാം, കാലടിയൊച്ചയിൽക്കുടമണി-
ച്ചെത്തം കലർന്നീടവേ
കോകസ്ത്രീവിരഹാഗ്നികെട്ട പുകപോ-
ലെത്തുന്നിതാ യാമിനി!
ശോകം പൂണ്ട നിമേഷമേ, മുനയെഴും-
നോവായ് വഴിയ്ക്കെന്തിനോ
നീ കാലിൽത്തറയുന്നിതെന്റെ ചിറകിൽ-
ക്കൂരമ്പു കൊള്ളിയ്ക്കുവാൻ.

ആവോ! കാറ്റിലിതെന്തുഗന്ധ?മയി നിൻ
ഹൃത്പദ്മഗന്ധം! നിഴൽ-
പ്പാവക്കൂത്തുകഴിഞ്ഞു രംഗമിരുളിൽ-
ത്താഴുന്നു നിശ്ശബ്ദമായ്
രാവിൻ കൺകളിലൂറിയൂറിയുതിരും
നക്ഷത്രബാഷ്പം മനം-
നോവും കാമുകിതൻ വ്യഥയ്ക്കു പഴുതേ
ഭാഷ്യം ചമയ്ക്കുന്നുവോ?

കാട്ടിൽപ്പൈക്കളുറങ്ങവേ, യരുവിതൻ
തീരത്തെഴും പൂമര-
ച്ചോട്ടിൽച്ചാരിയിരുന്നു നിന്റെയമൃത
പ്രേമം ഭുജിച്ചീടവേ,
വീട്ടിന്നുള്ളിലൊരോട്ടുപാത്രമുണരു-
ന്നേരത്തെയുത്കണ്ഠയോ
കേട്ടൂ ഞാൻ? ചെറുചില്ലയിൽ കിളികൾതൻ
പാട്ടോ ചെവിക്കൊണ്ടു ഞാൻ?

കാടന്മാർ കവിയായിടുന്ന കഥയു-
ണ്ടീനാട്ടി, ലല്ലായ്കിലെൻ-
മൂഢത്വത്തിനുമർത്ഥമായി വിടരാ-
നീമട്ടു സാധിക്കുമോ?
പാടില്ലെന്നു പറഞ്ഞുകൂട, നിയതം
നീ നിന്റെ പൊന്മോതിര-
ച്ചോടാൽപ്പൂക്കളമിട്ട നാവിനുലകം
സൗന്ദര്യവൃന്ദാവനം!

പാരം കൈകുളിരുന്ന കാറ്റുതഴുകി-
ച്ചൊല്ലുന്നു, 'നിന്നുമ്മറ-
ത്താരോ നെയ്ത്തിരിയായി നിൽപ്പു!', തിരിയോ?
പുണ്യപ്രഭാപുഞ്ജമോ?
നേരോർത്താലിരുളിൽപ്പുതഞ്ഞൊരിവനെ
ജ്യോതിസ്സിലെത്തിക്കുവാൻ
താരിൽത്തനിവ് കനിഞ്ഞുതന്ന കതിരാ-
ണെന്നേ നിനയ്ക്കുന്നു ഞാൻ!

ആഹാ! കൂരിരുളിന്റെ പാഴ്‌വനമിതാ-
പിന്നിട്ടു ഞാൻ, പൈക്കള-
ങ്ങാലയ്ക്കുള്ളിലൊതുങ്ങവേ, വിരലിനാൽ
ത്താളം പിടിച്ചീടവേ,
വാതിൽപ്പാളി തുറക്കവേ, മണിവള-
ക്കൂട്ടം ചിരിക്കുന്നി,തെൻ-
കാതിൽപ്പാൽ പതയുന്നു! ഞാൻ പതിവുപോൽ-
ക്കാണുന്നു ചന്ദ്രോദയം! ■

നന്ദിപൂർവം, സൂര്യകാന്തി

കാലം തൻ കുടമുല്ലമാലയണിയിയ്-
ക്കും നീയിളംചുണ്ടുകൾ-
ക്കോലപ്പീപ്പിതെറുത്തു പണ്ടു കദളി-
ത്തയ്യിന്റെ കൈപ്പുണ്യമായ്
വാഴക്കയ്യിൽ വിരുന്നിരുന്ന കുരുവി-
പ്പാട്ടിന്റെ കൂട്ടിൽക്കുളിർ-
ത്തൂഴംകാത്ത ഭവാന്റെ ഭാഷയിളവെയ്-
ലുല്ലേഖസല്ലാപമായ്!

ഫാലത്തിൽക്കുറിചാർത്തിനിന്നെയെതിരേൽ-
ക്കാനിന്നു ഗോരോചനം-
ചാലിക്കും മലയാളഭാഗ്യമണിവാ-
നംപോൽത്തുടുത്തീടവേ,
ചേലുറ്റോരുദയാരുണപ്രഭതെളി-
ച്ചീടുന്ന നിൻ തേർവഴി-
ച്ചാലിൽക്കൂമ്പിയ സൂര്യകാന്തി വിനയ-
ത്താൽ നന്ദിയോതുന്നിതാ!

എന്നും കൗതുകരൂപകങ്ങ,ളവയോ-
രോന്നിന്നു ഞാൻ നാളെ നീ-
യെന്നൗചിത്യവസന്തമാർന്നു മധുരം
സൗമ്യം പ്രദീപ്തോജ്ജ്വലം
ഒന്നായ്ക്കോടികളായ്പ്പുലർന്നു പരമാ-
ത്മാവിന്റെ സുസ്പന്ദിതാ-
നന്ദാബ്ധിയ്ക്കു ചിലമ്പുതീർത്ത ഫണിഗീ-
തങ്ങൾക്കു ഗീതാഞ്ജലി!

അശ്വത്തിൻകുതിവേഗമേറിയിരവിൻ-
കാണ്ഡങ്ങൾ താണ്ടി, സ്വയം-
വിശ്വാസപ്പുലർവേളതന്നിലഴകിൻ-
പാലാഴിയാം മെത്തയിൽ

സദ്യോ,നിദ്രയിലാണ്ടുപോയ കവിതാ-
തത്ത്വം പഴമ്പാണനായ്-
ക്കൊട്ടിപ്പാടിയ വിശ്വദർശനമെനിയ്-
ക്കേകട്ടെ കേകാരവം!

അച്ഛസ്ഫാടികശില്പതന്ത്രമുളിതൻ-
തുമ്പത്തു കുമ്പിട്ടൊരി-
ത്തച്ചൻതൻ തറവാട്ടുകാർക്കു മുതൽകൂ-
ട്ടും ചന്ദനക്കട്ടിലിൽ
ഇച്ഛാകാമുകനാദ്യരാത്രിപകലാ-
ക്കുമ്പോൾത്തുളുമ്പുന്നതെ-
ന്തച്ഛിന്നം മിഴി കൈരളിയ്ക്കു ചിറകാർ-
ന്നെത്തുന്ന ഭാഗ്യത്തിലോ?

നീളുന്നൂ നിഴലന്തിവിണ്ണി, ലിഴയു-
ന്നല്ലോ കരിത്തോൽ, തുടു-
ത്താളുന്നൂ നിടിലാഗ്നി,ദൂരെയിളകി-
ച്ചായുന്നു ചന്ദ്രക്കല;
പാളുന്നൂ പലപാടു നൂൽച്ചരടുവി-
ട്ടൂർന്നെത്ര രുദ്രാക്ഷ! മു-
ത്താളം താണ്ഡവമാടിടുന്നു ഭവമാം
ഭാവത്തിലെത്തും ശിവം!

ആരോടക്കുഴലായി നിന്റെയമര-
പ്രേമത്തെ വാഴ്ത്താൻ പ്രപ-
ഞ്ചാരംഭശ്രുതിയോടിണക്കി മന,മാ-
ഭദ്രാത്മകൻഗായകൻ
സൂര്യൻപോലെയുയർന്നുയർന്നു രഥവേ-
ഗത്താൽ മറഞ്ഞീടവേ
ആരോമൽപ്രിയസൂര്യകാന്തി മലയാ-
ളംപോലെ മാഴ്കുന്നു നീ!

മന്ദം ഞാൻ തിരുമുമ്പിലന്നു തലതാഴ്-
ത്തിക്കൊണ്ടുനിന്നപ്പൊ, ളാ-
നന്ദത്തിൻ യുവവിഭ്രമങ്ങൾ ചുരുളും
സീമന്തരേഖയ്ക്കുമേൽ,
സിന്ദൂരം തൊടുവിച്ചതേതു മഹിതൗ-
ദാര്യം? മൃതിയ്ക്കപ്പുറം-
സ്പന്ദിക്കും പ്രതിഭാപ്രസന്നകവിതേ!
വീഴട്ടെ നിൻ കാൽക്കൽ ഞാൻ. ■

മനോരാജ്യം

ചെങ്കോലില്ല, കിരീടമില്ല, കുടയി-
ല്ലശ്വങ്ങളി, ല്ലാനയി-
ല്ലങ്കപ്പോരിനു ഹുങ്കുമില്ല, സഭയി-
ല്ലംഗത്വമില്ലൊന്നിലും
ശങ്കിയ്ക്കേ,ണ്ടുടവാളുമില്ല, തഴുകാൻ
വെൺചാമരക്കാറ്റുമി-
ല്ലെങ്കിൽപ്പോലുമെനിക്കുമുണ്ടു തനതാം
രാജ്യം മനോരാജ്യമായ്!

എന്നും പള്ളിയുണർത്തുപാട്ടിനു കിളി-
ച്ചെത്തങ്ങൾ ഭൂപാളമാ-
വുന്നൂ, പൊൽക്കണിവയ്പതിന്നു കുളിരാർ-
ന്നെത്താനുഷഃ കന്യയാൾ
സ്വർണ്ണത്താമര പൂത്തു ഹംസനിര നീ-
ന്തീടും പനീർപ്പൊയ്കതൻ-
വെണ്ണക്കല്പടവിൽസ്സുതാര്യവെയിൽ ക-
സ്തൂരിക്കുഴമ്പല്ലയോ?

തേവാരപ്പുരയിൽ ശ്ശുകങ്ങളുരുവി-
ട്ടീടുന്നു വേദം, നട-
ക്കാവിൽച്ചന്ദനശാഖികൾക്കു മുടിതോർ-
ത്തുന്നൂ മുകിൽത്തോർത്തുകൾ;
പൂവിൽപ്പൂർണ്ണമനസ്സുപോലെ വിരിവൂ
വാസന്തവാത്സല്യ,മെൻ
ജീവൽക്കാവ്യശരന്നദിയ്ക്കുമുലയൂ-
ട്ടീടുന്നു ശൈലസ്തനം!

പച്ചപ്പട്ടു പുതച്ചു പാടനിരകൾ;
വറ്റാത്തൊരാഹ്ലാദമാർ-
ന്നുച്ചത്തിൽക്കുശലം പറഞ്ഞു കുതികൊ-
ണ്ടീടുന്നു പേരാറുകൾ;

പച്ചോലക്കുട ചൂടിനിന്നു മഴകാ-
ണ്മൂ തെങ്ങിനം, പാൽചുര-
ന്നൊച്ചപ്പെട്ടു കിടാങ്ങളോടു ദയകെ-
ഞ്ചീടുന്നു പൈത്തള്ളകൾ!

അദ്ധ്വാനിച്ചു പഠിച്ച പണ്ഡിതവരേ-
ണ്യന്മാർക്കെഴും മൗനസ-
ത്തത്ത്വത്തെസ്സഫലീകരിച്ചു വരമാർ-
ജ്ജിക്കുന്നു വൻകുന്നുകൾ.
സത്യത്തിന്റെ കുരുന്നുപൂവിലലിവാർ-
ന്നാദ്യാക്ഷരം തൊട്ടുതേയ്-
ച്ചെത്തും പൊൻകിരണങ്ങൾ ചേർന്നുപിഴതീർ-
ത്തീടുന്നു ചെപ്പേടിലും!

ഇല്ലാ ജാതിമതങ്ങൾ, വർഗ്ഗസമരം
സംഘർഷ, മെൻനാട്ടിലി-
ങ്ങെല്ലാപേർക്കുമൊരൊറ്റഭാഷ, യൊരുമെ-
യ്യൊന്നേ കൊടിക്കൂറയും;
ഉല്ലാസം മുഖമുദ്ര, മുത്തുവിളയാ-
നദ്ധ്വാനശീലം, നിശാ-
മുല്ലപ്പന്തലിലൊത്തിരുന്നു രസസ-
ല്ലാപത്തൊടത്താഴവും!

ചാന്താടും പ്രിയസന്ധ്യപോയി മറയു-
ന്നേര, ത്തിരുട്ടത്തുപൊൻ-
മാൻതോലിട്ടുവരും പുലിയ്ക്കുപുലിയാം
നേതാവിറങ്ങാത്തതായ്
ശാന്തിക്ഷേത്രകവാടസീമ്നി ജനസ-
ന്തോഷങ്ങൾ നിർബ്ഭീകമ-
ശ്രാന്തം മേഞ്ഞുമയങ്ങിടുന്ന സുകൃത-
പ്പുൽമേടു പുൽകുന്നു ഞാൻ!

കാപട്യം, ചതി, കണ്ണുനീരു, കുതികാൽ-
വെ,ട്ടർത്ഥമില്ലാത്തവാ,-
ക്കാപത്സന്ധി, യകാലമൃത്യു, മദമാ-
ത്സര്യം, മതം, പാതകം,

പാപം, ചൂഷണ, മീതിബാധ, യൊഴിയാ-
രോഗങ്ങ,ളാത്മീയസ-
ന്താപം പോലുമെഴാത്ത രാജ്യ,മിതു ഞാൻ
വാഴും മനോരാജ്യമാം!

ഹോമാഗ്നിപ്പുക നെയ്തു വിണ്ണിനു പുത-
പ്പേകുന്ന നീ, വിശ്രുത-
പ്രേമത്താൽ ഹൃദയം കടഞ്ഞൊരമൃതും-
പങ്കിട്ടു നൽകുന്ന നീ,
ക്ഷേമം താലമെടുത്ത വീഥിയിലെഴു-
ന്നള്ളുന്ന വർഷർത്തുവി-
ന്നോർമ്മയ്ക്കായ് മഴവില്ലണിഞ്ഞു മലര-
മ്പേറ്റൂ മനോരാജ്യമേ!

കൊട്ടാരത്തിലെയാവലാതിമണിയി-
ന്നോളം മുഴങ്ങാത്തതായ്
ഇഷ്ടം നീട്ടി വരങ്ങൾ വന്നു കിളിവാ-
തിൽക്കൽത്തരം പാർപ്പതായ്
ധൃഷ്ടശ്രീ നിറദീപമാർന്നുഭരണം-
കൈക്കൊൾവതായ്, പ്പൂർണ്ണസ-
ന്തുഷ്ടിക്കും പരിതുഷ്ടിചേർക്കുമൊരുരാ-
ജ്യം മന്മനോരാജ്യമേ! ■

കൃഷ്ണഗാഥ

പയ്യാരം പറയുന്നതല്ല പഴമ-
ക്കാരായ നാട്ടാർക്കു തൃ-
ക്കയ്യിൽപ്പുണ്യവുമേന്തിനിന്നു കുളിർപെയ്-
തീടുന്ന കാർകൊണ്ടലേ,
ഇയ്യാണ്ടും ശിശിരം വരുന്നു, കുസൃതി-
പ്പയ്യും തെളിച്ചോർമ്മതൻ-
നെയ്യാറ്റിൻകര വാഴുമുണ്ണിയവിടു-
ത്തേതാം വിലാസങ്ങളും!

വെണ്ണത്താലമൊരുക്കിവ, ച്ചതുമുകിൽ-
ച്ചീന്താൽ മറ, ച്ചീനിശ-
പ്പെണ്ണമ്പാടിയിൽ നിന്നെയോർത്തു നെടുവീർ-
പ്പിട്ടോരു യാമങ്ങളിൽ
കണ്ണാ! പൈക്കളെ മേച്ചുകൊണ്ടു കരതാ-
രേന്തും മുളന്തണ്ടിനാൽ
കർണ്ണാനന്ദരസം ചുരത്തിയവിടു-
ന്നെത്തീലയോ നിത്യവും?

കേട്ടാരിമ്പമിയന്നഗാനമയലോർ
ഉമ്പാരവം, കിങ്ങിണി-
ക്കൂട്ടത്തിന്നുതിരുന്നനാണ, മയി നിൻ
പൊൻനൂപുരാരാവവും!
ഒട്ടല്ലത്ഭുതമപ്പൊഴേയ്ക്കുമവരെ-
ച്ചൂഴുന്ന നിദ്രാവല-
ക്കെട്ടിന്നൊന്നു പിടഞ്ഞെണീറ്റു വിരവിൽ-
ക്കണ്ടാർ കളിപ്പൂൺപിനെ.

പിറ്റേന്നാൾപ്പുതുവെട്ടമോ പുലരിതൻ
വായ്ത്താരിയോ? ഭക്തിയാം-
കറ്റക്കാർമുകിലിന്റെ ഹർഷമുണരും
സൗദാമിനീകാന്തിയോ

ചുറ്റും മാനസപത്മമൊക്കെ വിടരാ-
റാക്കീ? ഹരേ! മൂഢരാ-
മൊറ്റപ്പെട്ടവരോതിനാർ 'ഇതു വെറും-
പൊട്ടന്നു ഗായത്രിയാം...'

ഓരോനാളുമിതേവിധത്തിലവിടു-
ന്നാത്മീയധേനുക്കളെ-
ച്ചൂരൽക്കമ്പു ചുഴറ്റിമേച്ചിതവിവേ-
കത്തിന്റെ തീരങ്ങളിൽ
നേരോ? കണ്ടറിയേണമെന്നു കരുതീ-
ട്ടേകന്റെ ജിജ്ഞാസപോയ്
നേരേ മച്ചകമേറിനിന്നു വലനീർ-
ത്തിട്ടൂ വഴിത്താരയിൽ!

ഇക്കാണായ ചരാചരത്തെയഖിലം
സൃഷ്ടിച്ചു നീളൻമിഴി-
ത്തൃക്കോണിൻ ചലനത്തിലാത്തകുതുകം
പോറ്റുന്ന ചൈതന്യമേ,
ധിക്കാരങ്ങൾ ഫണംവിടർത്തി വിളയാ-
ടിക്കോട്ടെ, ലോകങ്ങളെ-
ത്തൃക്കാൽക്കീഴിലളന്ന നീ വിരലിനാൽ-
പ്പൊക്കുന്നു ഗോവർദ്ധനം!

അന്നും നേർത്തനിലാവുടുത്ത നിശതൻ-
കാർകൂന്തൽ കോതീടവേ
ചിന്നും ബാഷ്പകണങ്ങളേറ്റു പുളകം
പൂവിട്ടതീരങ്ങളിൽ
പൊന്നോടക്കുഴലിന്റെ രാഗമഴകായ്-
ക്കേൾക്കുന്നു, ഗാനത്തിനോ
നിന്നോമൽത്തളതാളമായി, ലയമായ്
പയ്യിന്റെയോംകാരവും!

മച്ചിൻജാലകവാതിലൂടെ മുന നീ-
ട്ടുന്നോരവിശ്വാസമേ
സച്ചിദ്രൂപമതാ! വിടർന്ന മിഴി നീ
പൂട്ടായ്ക പൂട്ടായ്കെടോ

ഒച്ചിന്നൊത്തിഴയുന്നതെന്തു കവിളിൽ?
പൊള്ളുന്ന സംഭീതിയോ
തെച്ചിപ്പൂവിതളോ? തുടുത്ത നിണമോ?
നിയ്യേ മഹാഭാഗ്യവാൻ!

കാണേണ്ടുന്നതു കണ്ട നിന്റെ നയനം
സന്തുഷ്ട, മന്യങ്ങളെ-
ക്കാണേണ്ടെന്നു കവർന്നു കണ്ണനതു നി-
ന്നുള്ളിൽ പ്രതിഷ്ഠിച്ചുവോ?
വേണോ ദർശനഭാഗ്യപൂര?മിനി നി-
ന്നുൾക്കണ്ണിൽ വിശ്വസ്തമായ്-
ക്കാണാ, മമ്മയെ വായ്തുറന്നവശയാ-
ക്കീടുന്ന പൊന്നുണ്ണിയെ!

ഭസ്മംതൊട്ട നിലാവുനിന്നു വിരലാൽ
നാരായണീയം പകു-
ത്തസ്മത്പ്രാണനെ വേണുവാക്കി, യതു നിൻ-
ചുണ്ടത്തു നേദിക്കവേ,
സസ്മേരം പുളകാംഗിയാം യമുനപോൽ
നെയ്യാറു പാഞ്ഞീടവേ,
വിസ്മേരം തവ ലീല! ഗോപകുലമാ-
മമ്പാടിയിദ്ദേശവും!

ഞാനെൻ പൈക്കളനാഥമാകെ വിധിതൻ
മേച്ചിൽപ്പുറം തേടി വ-
ന്നീനാട്ടിൽത്തൊഴുകയ്യുമായ് നിനവിൽ നിൻ
ബിംബം പ്രതിഷ്ഠിക്കവേ
ആനന്ദപ്പൊരുളേ! കനിഞ്ഞൊരിടയ-
പ്പെണ്ണിന്റെ കൈകൊണ്ടുതാൻ
നീ നൽകീ നറുവെണ്ണ! യിന്നു ചരിതാർ-
ത്ഥൻനിന്നയൽക്കാരനും! ■

സോമയാഗം

സൃഷ്ടിച്ചൂ പരമേഷ്ഠി, തൻ പ്രജകളെ-
        ത്തീർത്തോരു കയ്യാലവർ-
ക്കിഷ്ടംപോലുയിരൂട്ടുമഷ്ടി വിളയി-
        ച്ചീടുന്ന യജ്ഞത്തെയും
വൃഷ്ടിയ്ക്കും പശുപക്ഷിവൃക്ഷഗണര-
        ക്ഷയ്ക്കും മുമുക്ഷുത്വസ-
ന്തുഷ്ടിയ്ക്കും പരിപുഷ്ടി യജ്ഞമിതനു-
        ഷ്ഠിക്കെ പ്രഹൃഷ്ടം ഗുണം!

യാഗത്താലമരർക്കു പൂജ വഴി പോൽ-
        ച്ചെയ്തും പ്രപഞ്ചാനുസം-
ഭോഗത്താൽച്ചതുരാശ്രമസ്ഥപദവീ-
        പുണ്യങ്ങളാർന്നും ചിരാൽ
ത്യാഗം കൊണ്ടനുകാര്യമാത്യക പുലർ-
        ത്തീടും പുമർത്ഥങ്ങളേ
ഈ ഗന്ധദ്വിപ, മൈഹികത്വ, മിത കു-
        മ്പിട്ടൂ ഭവത്ഭാഷയിൽ!

ക്ഷേമത്തെക്കുടയാക്കിയേതൊരു മഹ-
        ത്ത്വം പണ്ടുമിന്നും ജഗത്-
പ്രേമത്തിൽത്തണലേകിടുന്ന,തതിനോ-
        ടാർക്കും കടം തീർക്കുവാൻ
സോമംതാൻ വഴി, ദേവയജ്ഞമറിയാ-
        ത്തോരേ, സ്വയം കട്ടുതി-
ന്നീമണ്ണിന്റെ ശരണ്യകാന്തിയിരുളാ-
        ക്കായ്കെന്നു കേഴുന്നു ഞാൻ!

ജന്മംകൊണ്ടു വരുന്ന മൂന്നു കടവും
        വീടാം പിതൃക്കൾക്കു സൽ-
പ്പുണ്യംചെയ്ത കിടാങ്ങളാ,ലമരസം-
        തൃപ്തിക്കു യജ്ഞങ്ങളാൽ;

ധന്യന്മാർമുനിമാർക്കെഴുന്ന കടമോ
സദ്ബ്രഹ്മചര്യത്തിനാ-
ലന്യൂനം, ഭവധർമ്മചര്യ മധുരി-
പ്പിക്കട്ടെ ലോകങ്ങളെ!

ഞാനത്രേ യജമാന,നെന്റെ മിഴിയിൽ-
ത്രേതാഗ്നി, ഋത്വിക്കിനെ-
ദ്ധ്യാനത്തിൽപ്പൊതിയുന്ന ശാലയുമിവൻ
താ,നെന്റെ കയ്യേ സ്രുവം;
ഈ നട്ടെല്ലിതു യൂപ, മെന്റെ യഹമാ-
കുന്നൂ ഹവി, സ്സൻമന-
സ്സാണല്ലോ പശു! സോമയാഗകലയാ-
ണിന്നെൻ ദ്വിതീയാശ്രമം!

സത്വത്തിന്റെ വെളുപ്പിലേറെയിരുൾ ചേർ-
ന്നുണ്ടായ പയ്യെൻ മനസ്-
തത്ത്വം, ഞാനിതടക്കിടട്ടെ, വപയിൽ-
ക്കത്തട്ടെയഗ്നിത്രയം.
നിസ്തന്ദ്രം പരിരക്ഷചെയ്തുതരുവാ-
നാരെന്റെ യജ്ഞത്തെ? യി-
ന്നഗ്നിഷ്ടോമമിതാരു കാക്കു?മതിനെ-
ബ്രഹ്മത്തെ വാഴ്ത്തട്ടെ ഞാൻ!

സുത്വാവായെന്റെ കൗഷീതകമഹിമകളിൽ-
ച്ചൈത്ര്യനാളം കൊളുത്തി-
സ്സദ്മത്തിൽ തൈത്തിരീയശ്രുതികളിലതിരാ-
ത്രങ്ങൾതൻ പുൽത്തടുക്കിൽ
ഉദ്ഗ്ഗാതാവായുമങ്ങേ പ്രതികൃതി കറുക-
ക്കൂമ്പിതെൻ മുമ്പിൽ വയ്ക്കെ-
ദ്ധിക്കാരം പോയ് പ്രകാശിച്ചരുളുക വിനയോൽ-
ക്കൃഷ്ടമെന്നിഷ്ടപുണ്യം! ■

ഋഷിപൂജ

ഉദിച്ചുപൊന്തുന്നു വിമർശനത്തിൻ
മുടിയ്ക്കുമേലിന്നൊരു സൂര്യസത്യം!
നമിക്കയോ വില്ലുനിലത്തുവച്ചീ-
ശതാബ്ദി? മേഘപ്രണവാഭിഷേകം!

ഒരുണ്മയായ് നിന്നു തുടിപ്പതേതു-
ഹൃദന്ത? മല്ലല്ലൊരു പർണ്ണശാല!
അതിന്റെ മുറ്റത്തു നിലത്തെഴുത്തി-
ന്നിരിക്കയാം ഞാനിളവെയ്ലിനൊപ്പം!

വിടർന്നൊരോലപ്പഴുതിങ്കലൂടേ
വിശിഷ്ടനാരായമകത്തു നീട്ടി
രചിച്ചതാരീയുടജത്തിലർത്ഥം
മലർക്കളംപോൽത്തെളിയുന്ന സൂക്തം?

പരിസ്ഫുരിക്കുന്നതു നമ്മിലെല്ലാം
ഒരേ ഹരിഃശ്രീയെഴുതും കടാക്ഷം
പരാത്മനീമൃണ്മയജീവിതത്തിൽ
പകർന്നുവോ തന്റെ ഹിരണ്മയത്വം?

കറുത്തപയ്യായി നഭസ്സകിട്ടിൽ-
ച്ചുരത്തിടും പാലമൃതുണ്ട നമ്മൾ
ഒരേ വികാരങ്ങ,ളടുത്ത ജന്മം-
തരേണമിങ്ങെന്ന വിളംബരങ്ങൾ!

ഋഷിത്വമേ, നിന്റെ വരപ്രസാദം
കവിത്വ! മദ്ദർശനഭാഷണങ്ങൾ
യുഗങ്ങളെസ്സൂര്യമനസ്സിലേയ്ക്കു-
തെളിച്ചിടും കർണ്ണവിഭൂഷണങ്ങൾ!

പുരാണദുർഗ്ഗം പതിനെട്ടുവാതിൽ
കടന്ന തൃഷ്ണയ്ക്കു വെളിച്ചമൂട്ടാൻ
വിടർന്നുനിൽക്കട്ടേ നമുക്കു നാമേ
പണിഞ്ഞ നാകത്തിലൊരാത്മതത്ത്വം!

ഒരേ മതം പ്രേമ,മതിന്റെ നീന്തൽ-
ക്കുളത്തിലെത്താമര ചൊല്ലിടുന്നു!
'അകത്തിറങ്ങിപ്പരതേണ്ട; നിങ്ങൾ-
ക്കകത്തുദിക്കട്ടെയനാദിസൂര്യൻ!'

സ്വയംവിടർന്നോരമൃതാനുരാഗം
നിറഞ്ഞ വാർകൂന്തലിലേറ്റു ചൂടി
പരന്റെ മെയ്പ്പാതി പകുത്ത ചേതോ-
ഹരാത്മികേ, കൈരളിയല്ലയോ നീ?

തപസ്സുകൊണ്ടോ? ജടയിൽച്ചിരിക്കും
മതിയ്ക്കുനേരേയൊളികണ്ണെറിഞ്ഞോ
മലയ്ക്കു പുണ്യം വിളയിച്ച പെണ്ണിൻ
മഹത്ത്വമാദർശചരിത്രമായി?

തളർന്നുവീഴും കരളിന്നിളന്നീ-
രേകട്ടെയിബ്ഭാരതകല്പവൃക്ഷം;
വിളക്കുമാടങ്ങളിലേയ്ക്കു വീണ്ടും
നയിച്ചിടട്ടേ കവിതൻ ഋഷിത്വം!

ആ പ്രേമസംഗീതമുരുക്കഴിയ്ക്കും
ഈ വിശ്വപർണ്ണാശ്രമഗന്ധവാഹൻ
ആരെ സ്തുതിക്കുന്ന?തവന്റെ തൃക്കൈ-
ത്താരേ തിരുത്തീടണമെന്റെ കുറ്റം! ■

അഗ്രേപശ്യാമി

അഗ്രേപശ്യാമി മിന്നൽക്കതിരുകളുതിരും
പദ്മ,മന്തിച്ചുനിൽക്കും
മുപ്പാരും വീര്യമൂട്ടിച്ചടുലതയൊടുണർ-
ത്തുന്ന നിൻ പാഞ്ചജന്യം
ലക്ഷ്യം തെറ്റാതെ മൃത്യുഞ്ജയനെയുമടിപ-
റ്റിച്ച ശാർങ്ഗപ്രഭാവം
തിക്കിക്കേറും തമസ്സിൻ പടലകളരിയും
നന്ദകത്തിന്റെ ഹാസം!

അഗ്രേപശ്യാമി ആരങ്ങളിലനുനിമിഷം
തീക്കനൽപ്പൂക്കൾ കോർത്തി-
ട്ടല്പായുസ്സാമഹംഭാവികളുടെ കരൾ നീ-
റ്റുന്ന തൃച്ചക്രഭാവം:
എക്കാലത്തും വണങ്ങുന്നവനുടെ യറിവി-
ല്ലായ്മയും പൂവിൽമാതി-
ന്നൊപ്പം നെഞ്ചേറ്റിലാളിക്കുമൊരതുലകലാ-
വത്സമാം വത്സലത്വം!

അഗ്രേപശ്യാമിയേതോ യമിയുടെ ഹൃദയം-
പോലെ സാഫല്യമോളം-
വെട്ടും പാലാഴി; ഭസ്മത്തിരകളെ വിരിമാ-
റത്തുപൂശുന്നതീരം;
നിത്യധ്യാനത്തെമൂടിപ്പൊതിയുവതിനു വല്-
മീകമാകാശ, മെല്ലാം-
കല്പിച്ചീടുന്ന കൗമോദകിയുടെ തണൽപ-
റ്റുന്ന സംഭ്രാന്തലോകം!

അഗ്രേപശ്യാമി അർക്കപ്രഭൃതികൾ തിരയും
വൈജയന്തീരഹസ്യം;
മുപ്പാരിൻ കല്പവൃക്ഷം; കരളിലമൃതുപെയ്-
തെത്തുമാദ്യന്തമേഘം;

അല്പത്വങ്ങൾക്കു കണ്ണിൽപ്പലവുരു വലുതായ്-
ക്കണ്ടിടും വിശ്വരൂപം;
കെല്പേറും ദേവകൾക്കോ പഥി തിമിരമക-
റ്റുന്ന ശക്തിപ്രദീപം!

അഗ്രേപശ്യാമി നാഭീകമല, മതിലിരി-
ക്കുന്ന കർത്തവ്യമൗഢ്യം;
ഹൃദ്യം തൃക്കാലുഴിഞ്ഞിട്ടുലകിനെ മുലയൂ-
ട്ടുന്ന മാതൃത്വയോഗം;
സൃഷ്ടിയ്ക്കർത്ഥം രചിക്കും നയനചലന, മ-
ന്യൂനമാപ്പുഞ്ചിരിപ്പൂ-
വിറ്റിയ്ക്കും പുണ്യ, മോമൽപ്പുലരികളയിചേ-
ക്കേറിടും പത്മരാഗം!

അഗ്രേപശ്യാമി വേദപ്പൊരുളുകൾ പൊരുളായ്
ക്കണ്ടുകൂപ്പുന്ന സത്യം;
സൽക്കാവ്യത്തിന്റെ സത്തായ്മരുവിയ കരുണാ-
സാഗരത്തിന്റെ തത്ത്വം;
മുട്ടാതോരോ യുഗത്തിൻ മുറിവിലുമൊഴുകി-
ച്ചേർന്നിടും പുണ്യതീർത്ഥം;
തൃക്കാലോർക്കുന്ന ദുഃഖങ്ങളെയമരപദം
ചേർത്തുനിർത്തും പുമർത്ഥം!

അഗ്രേപശ്യാമി സപ്തർഷികളുടെ വിരലിൻ
തുമ്പിലാബ്രഹ്മസൂത്രം
രുദ്രാക്ഷംപോലുടക്കിത്തിരിമറികൾ നട-
ത്തുന്ന മായാവിലാസം;
ചിത്പ്രേമത്തിന്റെ മാറത്തണിയുവതിനു കൈ-
വന്നതാമിന്ദ്രനീലം;
സ്വത്വം തേടും രഥത്തെപ്പരമപദമണ-
യ്ക്കുന്ന സാരഥ്യവേഗം!

അഗ്രേപശ്യാമിയോരോ കടമകൾ തൊഴുക-
യ്യാലണക്കെട്ടു കെട്ടി-
ച്ചുറ്റും നിന്നിട്ടുമേതോ വിവശതയൊരു മൺ-
കൂരയിൽക്കൂരിരുട്ടിൽ

കത്തിയ്ക്കും നെയ്‌വിളക്കിന്നരികിലകമഴി-
ഞ്ഞോർക്കെ,യെല്ലാം വെടിഞ്ഞി-
ട്ടെത്തുംനീയെന്മനസ്സാം തരളതയൊരു പാ-
ലാഴിയാക്കുന്നുവല്ലോ!

അഗ്രേപശ്യാമി മിഥ്യാകലിതമുലകൊടു-
ങ്ങുന്ന കല്പാന്ത! മപ്പോ-
ളൊട്ടേറെ ബ്രഹ്മവർഷം തിരകളിലഴകാർ-
ന്നാലിലത്തോണിയേറി
നിദ്രാഹീനം തുഴഞ്ഞങ്ങനെയപരയുഗം-
തേടി നീങ്ങുന്നു നീ! എ-
ന്നുൾക്കാമ്പേ! നിന്നെയേന്തും തളിരില വിരിയും
നാടു വൈകുണ്ഠമല്ലീ? ■

വേദരത്നം*

കാലത്തിന്നലയാഴിയാദിമകലാ-
ഹ്ലാദത്തിരക്കൈകളാ-
ലാലോലക്കളിയാടി നമ്മുടെയിടയ്-
ക്കെറ്റിച്ച രത്നങ്ങളിൽ
ചേലുറ്റോരണിമുത്തിടഞ്ഞ പവിഴം
വൈഡൂര്യവജ്രങ്ങളും
നീലാശ്മദ്യുതിയേറ്റുമിന്നി നിതരാ-
മാരമ്യതീരങ്ങളിൽ.

അപ്പോളുൾത്തൃഷവറ്റിടാത്ത നിഗമ-
പ്രേമം ചതുർത്ഥാശ്രമ-
ച്ചെപ്പിന്നുള്ളിലരുദ്ധശക്തിയണിവ-
ജ്രംപോൽ ജ്വലിപ്പിക്കവേ
പൊയ്പോം ജീവിതമാമിരുട്ടു പകലാ-
ക്കീടും പ്രഭാതത്തിനായ്-
ത്തപ്പീ തീക്ഷ്ണതപസ്സിലൊറ്റവിരലൂ-
ന്നീടും ധൃതാവേശമായ്.

വേദം വേദ്യമനർഘരത്ന, മതിലുൾ-
പ്രാണൻ പിണച്ചൈഹിക-
സ്വേദാബ്ധിത്തിരവെട്ടിമാറ്റി, യപര-
ബ്രഹ്മത്തിലൊന്നാകവേ
ഹാ, ദർഭയ്ക്കു നിറംകൊടുത്ത വിരലിൽ-
ക്കൂമ്പും പവിത്രത്തിലു-
ന്മാദം ചേർത്ത നിരുക്തസൂക്തമമൃതം
പാറ്റട്ടെ തോറ്റങ്ങളിൽ!

---

* യശഃശരീരനായ അതിരാത്രശില്പി വേദരത്നം ഏർക്കര രാമൻനമ്പൂതിരിയുടെ ശതാഭിഷേകത്തിന് (19.6.1982) എഴുതിയ കവിത.

സച്ചിദ്ബ്രഹ്മമനാദിയിച്ഛയിൽ വിടർ-
ത്തും തന്റെ സൃഷ്ട്യുന്മുഖ-
പ്പൊക്കിൾത്താമരമേലിരുന്ന വിധിതൻ
പ്രാരൂഢവാഗ്വീണയിൽ
ഉദ്ഗീഥങ്ങൾ സനാതനങ്ങൾ സകല-
ക്ഷേമം വളർത്തുന്നതാ-
മൃഗ്വേദാദിമ ധന്യദീപ്തികൾ ഹയ-
ഗ്രീവൻ കവർന്നാൻ പുരാ[1].

കുറ്റാക്കൂരിരുളാണ്ടു യജ്ഞഫലമി-
ല്ലാതായ്, ഹവിസ്സൊക്കെയും
വറ്റിക്കട്ടപിടിച്ചിതഗ്നിയിൽ, ഋഭു-
ക്ഷ[2]ത്തിൻ കരുത്തറ്റുപോയ്
മുറ്റീശാപമുദായുധം[3], സടകുട-
ഞ്ഞാടീയധർമ്മം, ഹരേ
മത്സ്യാരോപിതരൂപനായ്ധരനുമായ്[4]
വേദങ്ങൾ മീണ്ടൂ ഭവാൻ!

ഇപ്പോഴും ഡമര[5]ത്തിലാണ്ടു തകൃതി-
ക്കൂത്തിൽ പ്രപഞ്ചം വൃഥാ-
നഷ്ടപ്പെട്ടു നിരീഹപൈതൃകമഹാ-
ധർമ്മത്തെ, വേദത്തെയും.
ഉത്സാഹം മുരടിച്ചു, ഭാരതമനഃ-
ക്ലേശം വിദേശീയമാം-
വില്കാശിൻ കടലിങ്കലാഴ്ത്തി വിലതീ-
രാത്താർഷഭൂഷ്യങ്ങളെ.

ദുഃഖാഗ്നിക്കു കടച്ചിലോടെ ഭഗവദ്-
ജന്മാന്തരസ്ഥാനി നീ-
നിൽക്കുന്നുണ്ടതിരാത്രയജ്ഞവിധികൾ-
ക്കാഖണ്ഡലൻ[6] രാമനായ്

---

1. ബ്രഹ്മസന്നിധിയിൽനിന്ന് ഹയഗ്രീവൻ വേദങ്ങൾ കവർന്ന പുരാണകഥ.
2. ഇന്ദ്രശക്തി—വജ്രായുധം.
3. ആയുധങ്ങൾ ഉയർത്തിയ ശാപഭീകരത.
4. എല്ലാ പ്രപഞ്ചരഹസ്യങ്ങളും ധരിച്ച ശ്രീധരനായ വിഷ്ണു. കൂർമ്മാവതാരം എന്നും.
5. കൊള്ളയും നശീകരണവാസനകളും കൈകോർത്ത് അട്ടഹസിക്കുന്ന കലാപം.
6. അതിരാത്രം നിയന്ത്രിച്ച ഇന്ദ്രൻ.

നിഷ്കാമം നിതരാം വിടർന്ന ഹൃദയം-
കണ്ടൂ സഹസ്രപ്രഭാ-
പൗഷ്കല്യം നിറതിങ്കളായ്, ച്ചിരതപ-
സ്സാകാശമാക്കിബ്ഭവാൻ[7].

ആമ്നായക്കടലിച്ചുകൊണ്ടുമഥനം-
ചെയ്തും[8] മഹാശ്രൗതകർ-
മ്മാദിയ്ക്കൊക്കെ വിവേകമായുമവിടു-
ന്നീയന്ധകൂപത്തിലും
ഏകാഹാദികയാഗയോഗകലയിൽ-
ദ്ദിവ്യാഹിതാഗ്നേ! ഭവാൻ
വേദോപാംഗവിശിഷ്ടദീപ്തി വിതറു-
മ്പോൾദ്ധന്യമീ രാത്രിയും!

വാണാലും വേദവിഷ്ട[9] പ്രകരണസുകൃതാ-
യുസ്സു! സദ്ധർമ്മമോക്ഷ-
ത്തൂൺപൊട്ടിച്ചാടിടട്ടേ കുടിലതയുടെ മാർ-
ത്തട്ടുകീറും നൃസിംഹം;
പ്രാണത്വം വിറ്റുതിന്നും കലിയുഗതിമിര-
ങ്ങൾക്കു സാധിക്കുമെങ്കിൽ
കാണട്ടേ ഏർക്കരയ്ക്കുള്ളണിവിനയം! അനു-
ഷ്ഠാപിതം വേദരത്നം! ■

---

7. തപസ്സാകുന്ന ആകാശത്തിൽ ആയിരം പൂർണ്ണചന്ദ്രന്മാരെ കണ്ടവൻ.

8. ഏർക്കരയുടെ പ്രധാന കൃതികൾ—ആമ്നായമഥനം, ശ്രൗതകർമ്മവിവേകം, ഏകാഹാഹീനസത്രങ്ങൾ, ഋഗ്വേദാനുക്രമണിക തുടങ്ങിയവ ഇരുട്ടിൽ പ്രകാശം വിതറുന്നു.

9. നാനാവേദമദ്ധ്യസ്ഥൻ.

ഓട്ടൂർക്കവിത*

കാട്ടിൽപ്പൂത്ത കടമ്പിൽനിന്നു പൊഴിയും
കണ്ണന്റെ പുല്ലാങ്കുഴൽ-
പ്പാട്ടോ? പൈക്കൾ പരിഭ്രമത്തൊടുരുവി-
ട്ടീടുന്നൊരോംകാരമോ?
മേട്ടിൽപ്പൊയ്കയിലാമ്പലിൽ കുളിർനിലാ-
വൂറ്റുന്ന പീയൂഷമോ
ഓട്ടൂരിൻ കവിതാപ്രവാഹ! മിതിലാ-
റാടുന്നു കാർവർണ്ണനും!

കണ്ടാൽക്കണ്ടതു കണ്ണ,നുൾച്ചെവികളിൽ-
ക്കേൾക്കുന്നതൊട്ടുക്കു പുൽ-
ത്തണ്ടാൽപ്പുഞ്ജിതമാംരവം, ചൊടികളിൽ
ശ്രീകൃഷ്ണനാമാമൃതം;
മിണ്ടാനുള്ളതു തദ്വിശേഷ, മെഴുതാൻ
ലീലാവിലാസങ്ങ; ളുൾ-
ക്കൊണ്ടാൽപ്പിന്നെ മറപ്പതില്ല മുനിമാർ
കാംക്ഷിപ്പതാമിസ്സുഖം!

മേല്പുത്തൂരിൽ വിഭക്തിയാ,യെളിയ പൂ-
ന്താനത്തിലോ ഭക്തിയായ്
മേൽക്കൂരത്തണലറ്റ വാരിയരിലോ
നിർവേദപാരമ്യമായ്
മേയ്ക്കാടിൽത്തിരുനാമമന്ത്രമധുവാ-
യും തീർന്ന കണ്ണാ, ഭവാൻ
മേയ്ക്കും പൈക്കൾ ചുരത്തിടും മധുരമോ
ഓട്ടൂർക്കൃതിയ്ക്കേകി നീ?

---

* ഓട്ടൂർ ഉണ്ണിനമ്പൂതിരിപ്പാടിന്റെ 'വന്ദേമാതരം' എന്ന കവിതാഗ്രന്ഥത്തിന് 1976 ജൂൺ 13-ന്റെ 'എക്സ്പ്രസ്സ്' പത്രത്തിൽ എഴുതിയ പുസ്തകാഭിപ്രായം.

ഓരോ ഗോപികയോടുമൊത്തു ഭഗവാൻ
മേളിയ്ക്കവേ, നാരദൻ
തീരാവിസ്മയമാർന്നപോൽപ്പലതരം
കാവ്യപ്രമേയങ്ങളിൽ
രാരാജിയ്ക്കുമനന്തമായപൊരുളേ,
നീയുള്ളതായ്ക്കണ്ട ക-
ണ്ണീരോടൊത്തൊഴുകുന്നതോറ്റ! മിതു ഞ-
ങ്ങൾക്കുള്ള ചങ്കൂറ്റമേ!

കണ്ണൻ മണ്ണു ഭുജിച്ചതാവികൃതിതൻ
ഗേഹത്തിലെത്തിസ്സദാ
വർണ്ണിക്കും കഥ കേട്ടുകേ, ട്ടൊടുവിലാ
വക്ത്രം തുറപ്പിക്കവേ,
മണ്ണും വിണ്ണുമതിന്നകത്തൊരു മുഹൂർ-
ത്തം കണ്ട പോറ്റമ്മയാ-
ണിന്നെൻ ഭാവന മുന്നിലീ വിവൃത 'വ-
ന്ദേമാതരം' കാൺകവേ! ■

കുമാരപഞ്ചകം

ഹേ, സുബ്രഹ്മണ്യ! നീയാമഴകിനെയറിവാൻ
കൺകൾ നൽകൂ, വെളിച്ച-
ത്തേരോടും പുണ്യമാർഗ്ഗങ്ങളിലടിയനു നീ
തീർത്ഥമായിച്ചുരക്കൂ.
നാവിന്മേൽപ്പൂവിടർത്തിച്ചപലത ചടുല-
ശ്രീത്വമാക്കൂ, വിളിച്ചാ-
ലോടിച്ചെന്നെന്റെ മോക്ഷത്തിരുനടയിലിരി-
ക്കാനുമെൻ കൈപിടിയ്ക്കൂ!

നീ വല്ലിയ്ക്കുമണാള, നെന്റെ വിരഹ-
ദ്ധ്യാനത്തിലാവല്ലിമേൽ-
പ്പൂവായ്പ്പുഷ്കലഗന്ധമായി നിടില-
സ്ഥാനത്തുണർന്നീടവേ,
ഹാ, വല്ലാത്തൊരബോധനിർവൃതി, യതിൽ-
ത്താണും തളർന്നും വല-
ഞ്ഞാവൂ ഞാൻ, തടയുന്നു നിന്റെ വടിവേ-
ലല്ലീയിരുൾക്കുത്തിലും?

ഇപ്പോഴുണ്ടെന്റെയുള്ളിൽ കൊടുമകൾ കരുതും
താരകൻ, വേൽ തുടിയ്ക്കും-
തൃക്കയ്യാൽത്തന്നെ നീയെന്നിരുളിനെയറിവിൻ
വെട്ടമായ്ത്തീർത്തിടാവൂ.
കെല്പ്പേറും ദേവസൈന്യങ്ങളെ വിരവിൽ നയിയ്-
ക്കും നിനക്കെന്റെ ദുഃഖം
നിസ്സാരംതന്നെയാവാം, ശരവണ! ശരണം
നിന്റെ ഓംകാരരൂപം.

നാദബ്രഹ്മതരംഗലീലതളയി-
ട്ടെന്നും തൊഴും കാൽക, ളു-
ന്മാദത്തിന്റെ ലയത്തിലാണ്ടൊരടിയൻ
നേദിക്കുമെൻ നോവുകൾ!

വേദശ്രീകല പൂനിലാവിലഭിഷേ-
ചിക്കുന്ന തത്ത്വം; പ്രപ-
ഞ്ചാദർശപ്പൊരുളേ, നിനക്കു മയിലായ്-
ത്തീരട്ടെ യിന്നെൻമനം!

കേറാം നീ കുടികൊണ്ടിടുന്ന പടവീ-
ടാറും, വെറും കാവിയായ്-
പ്പാറാം മാമല ചുറ്റി ഞാ, നറിവുതേ-
റീടും പഴം തേടുവാൻ
മാറാപ്പേന്തി നടന്നിടാമയിഭവൽ-
ത്തൃപ്പാദസാനുക്കളിൽ-
ത്തീറാക്കാമിനിജന്മ, മെന്റയുയിർ നീ
ചൂടൂ കൊടിക്കൂറയിൽ! ■

വനമാല

അഗ്രേപശ്യാമി സാക്ഷാൽഗ്ഗുരുപവനപുരം,
ഭക്തചിത്തങ്ങളെല്ലാ-
മൊപ്പം പൂക്കുന്ന ദീപാക്ഷരികളിലമൃതൂ-
ട്ടുന്ന നാരായണീയം;
കത്തും കണ്ണീർപ്പളുങ്കാർന്നിടറിനഹരിരാ-
ഗങ്ങളാൽ ഞങ്ങൾ തീർക്കും
സ്വപ്നത്തിൻ പ്രാഭൃതം നീ മുകരുക, പകരം
തീർക്ക ദാരിദ്ര്യദുഃഖം!

അഗ്രേപശ്യാമി നാരായണകലകളിയാ-
ടുന്ന വൈകുണ്ഠം, മെല്ലാ-
ക്കയ്പ്പും മാധുര്യമാക്കാൻ പരിസരമറിയാ-
പ്പൈക്കളെത്തുന്നു ഞങ്ങൾ;
ചില്ക്കാമ്പേ, നീ വിളങ്ങും ഗുരുപവനപുര-
ത്തിന്റെ തീർത്ഥക്കുളം താൻ
മുക്തിപ്പാലാഴി, യാഹാ തിരകളിൽ ഹരിനാ-
രായണ പ്രേമമന്ത്രം!

അഗ്രേപശ്യാമി ദേവാദികളുടെ ഹൃദയം
വാർത്ത വേദാന്തരൂപം
വിശ്വം വംശീരവത്താൽക്കലയുടെ കടലാ-
ക്കുന്ന സംഗീതമേഘം;
ദുഃഖത്തിൽത്തേൻപുരട്ടിപ്പരമഗുണമണയ്-
ക്കുന്ന പൂന്താനപുണ്യം
രക്ഷിപ്പൂ ഭട്ടപാദവ്യഥയുടെ കഥ തീർ-
ക്കുന്നൊരാരോഗ്യസൗഖ്യം! ■

ധ്യാനലഹരി

വേദപ്പൈക്കൾക്കകിടു കിനിയു-
     മ്മാറു, മവ്യാജരാഗോ-
ന്മാദം പൂണും വ്രജതരുണിമാർ-
    ക്കുള്ളിടം തുള്ളുമാറും
കാദംബര്യപ്പൊലിമ കവിതാ-
    വൃഷ്ടി പെയ്തീടുമാറും
നാദബ്രഹ്മപ്പൊരുളു കളിയാ-
    ടുന്നതെൻ കണ്ണിലല്ലീ?

ബോധാബോധപ്രതലനടുവിൽ-
    ത്തീർത്ഥസായുജ്യമായ് നിർ-
ബ്ബാധാഹ്ലാദസ്മരണതെളിയും
    പ്രജ്ഞതന്നിച്ഛപോലെ,
രാധാകൃഷ്ണപ്രണയലഹരിയ്-
    ക്കൊപ്പമാജന്മമോക്ഷ-
പ്രാധാന്യത്തിൻ യമുനയൊഴുകീ-
    ടുന്നതെൻ കണ്ണിലല്ലീ?

കാണാറായ്ത്തൻതനിമ തയിരിൻ
    തൂതയിൽ, ദ്ദിവ്യദീർഘ-
പ്രാണായാമം കടയുമുടലി-
    ന്നുള്ളിലും വെണ്ണിലാവായ്
നീണാളായിക്കൊടുതപമനുഷ്-
    ഠിച്ചൊരെൻനാവു സർവ്വ-
പ്രാണാധാരസ്ഫുരണ നവനീ-
    തത്തെയുണ്ണുന്നുവല്ലോ!

വൃന്ദാരണ്യം, വിജനഹൃദയം,
    നീലചന്ദ്രോദയം, വിൺ-
മന്ദാരത്തിൻ മലരുചൊരിയും
    വാന, മദ്ധ്യാത്മഗാനം;

വൃന്ദാചിത്തം വിധുരകല, സം-
വേദ്യനേദ്യങ്ങളൊത്തെൻ
മന്ദാക്ഷത്തിൻ മധുരരസമി-
ന്നാസ്വദിക്കൂ രസജ്ഞേ!

ഭോഗീന്ദ്രൻ വാക്ചടുലത കലർ-
ന്നായിരം നാവിനാലും
യോഗീന്ദ്രന്മാരുയിരിലെഴുമു-
ദ്ദീപ്തമന്ത്രങ്ങളാലും
വാഗീശത്വം സഗുണഫലമാ-
ക്കുന്നു; ഗോവിന്ദവൃന്ദാ-
രാഗാലാപോത്തരളതയിലി-
ന്നാരമിക്കട്ടെ കർണ്ണം!

മോഷ്ടിക്കുന്നുണ്ടുടുപുടവ, പാൽ,
തൈരു, തൂവെണ്ണ, പോട്ടേ
വേഷ്ടിക്കുത്തിൽച്ചപലത സദാ
കയ്യുവയ്ക്കുന്നുവല്ലോ!
ചേഷ്ടിത്തങ്ങൾക്കറുതിയുടനേ
വേണ്ടതല്ലല്ലി? യോരോ-
ഗോഷ്ടിക്കും നീയെളിയ പണയ-
പ്പണ്ടമാവുന്നു കാതേ!

ഹാ! നിൻ പുല്ലാങ്കുഴലിലൊഴുകും
രാഗമാമീ വെളിച്ച-
ത്തേനിറ്റിയ്ക്കെ സ്സകലകലയും
കൺമിഴിക്കുന്നിതുള്ളിൽ;
ഞാനിങ്ങോരോ പിഴയിലിഴനെ-
യ്യുമ്പൊളെന്നന്ധകാര-
ഗ്ലാനിക്കുള്ളിൽപ്പരമസുഖസം-
സ്പർശമേ ദർശനീയം!

നിർമ്മാല്യത്തിൻ നിറവുകരളാൽ-
ക്കൂപ്പവേ പിന്നിലേതോ
നർമ്മാലാപം! തരളതുളസീ-
സ്പർശ! മെന്താത്മഹർഷം!

കർമ്മായത്തം കടമിതടിയൻ
വീടിയി, ല്ലെന്മനസ്സിൻ
മർമ്മത്തിൽത്താൻ മുരമഥന! ത-
ല്ലുന്നു നിൻ രാധയിപ്പോൾ!

ഗന്ധർവ്വന്മാരെവിടെ! മഴവിൽ-
ക്കൂടുപുൽകാത്തതാമെ-
ന്നന്ധത്വത്തിൻ ചിറകിതെവിടേ?
എങ്ങുഷഃകാന്തിവർഷം?
ഗന്ധങ്ങൾക്കും നിറമരുളുമാ-
നിത്യസാഫല്യ? മാപൽ-
ബന്ധോ! ഹാ, നിൻ വികൃതി സുകൃതി-
പ്പൂക്കളാവട്ടെയെന്നിൽ!

ആസന്നം തൻ കൃപയുടെയപാ-
രാബ്ധി; നിസ്സാരമാമെൻ
ശ്വാസത്താലേ തുഴയുമളവിൽ-
ത്താണുപോം മൺകുടത്തെ
ഭാസ്വത്താമേതരുണകമലം
താങ്ങി നിർത്തുന്നു? നിയ്യെൻ
നാസേ, ഗന്ധപ്രണവമതിനർ-
പ്പിക്ക ദർപ്പങ്ങളേയും!

ധ്യാനത്തിന്മേലമരുമളവിൽ-
ത്തങ്കഭസ്മാർദ്രനീലം
വാനംതാനോ ഹൃദയ? മതിലേ-
കാഗ്രതാരശ്മികേന്ദ്രം!
ഗാനപ്പൂൺപേ, കനിവൊടുകുളിർ-
പ്പിക്ക നീ നിർഗ്ഗുണബ്ര-
ഹ്മാനന്ദത്തിന്നമൃതമഴയാ-
ലെൻ സഹസ്രാരപത്മം! ■

ചൂഡാമണി

ഹേ, വിശ്വൈകഗുരോ! ഭവാന്റെ തിരുമു-
 ന്പിൽത്താണു കൂമ്പുന്നൊരി-
ജ്ജീവിക്കുള്ളിലിരമ്പിടുന്ന ഭവദുഃ-
 ഖത്തിൻ മഹാസാഗരം
പൂവിട്ടക്ഷരമായ്ത്തുടുത്തു വിടരാ-
 റാമോ? മുഖം പൊത്തുമെൻ-
നാവിന്മേലുരയുന്ന വാസന മുന-
 ക്കൂർപ്പറ്റ നാരായമോ?

ആ ലക്ഷ്യത്തിനു താളിയോല പകലായ്
 രാവായ് മറിക്കാൻ മഹാ-
കാലഗ്രന്ഥമഴിച്ചുവച്ച മഹിതാ-
 ത്മാവിൻ കഴൽച്ചോട്ടിൽ ഞാൻ
നീലക്കല്ലിലുറഞ്ഞ വേദനകൾതൻ
 മദ്ധ്യത്തിൽ വാക്കിന്റെ ചെ-
ന്നൂലോടിച്ചു കൊരുത്തെടുത്ത കവിതാ-
 മാല്യം സമർപ്പിക്കയാം.

കണ്ണീരായ് സഹനങ്ങളായുമുയിരിൽ
 ക്കത്തുന്ന ചൂളയ്ക്കകം
വെണ്ണീറായ്ക്കുമിയുന്ന ഭഗ്നകഥയാ-
 യും തീരുമിജ്ജീവിതം
വർണ്ണിയ്ക്കാനിതിഹാസ കാവ്യകലയും
 തോൽക്കുന്നു, ഹാ! രാക്ഷസ-
പ്പെണ്ണുങ്ങൾക്കു നടുക്കിരുന്നു മിഴിനീർ
 ചിന്തുന്നു പൂന്തിങ്കളും!

ഒന്നാ,യൊന്നിലെയുണ്മയായ സുഖസാ-
 മ്രാജ്യത്തി,ലന്തഃപുരാ-
നന്ദത്തിങ്കലു,മക്കണക്കു തിമിര-
 ക്കൂട്ടിൻ കൊടുങ്കാട്ടിലും

ഒന്നിച്ചാശ്രമധർമ്മമേറ്റൊരവതാ-
രം തന്റെ മെയ്പ്പാതിയെ-
പ്പൊന്നിൻ മോതിരമിട്ടതേതു വിധിതൻ
കണ്ണീർക്കടൽക്കപ്പുറം?

ഊതിക്കാച്ചിയപൊന്നുപോലെയകള-
ങ്കോദാര സംശുദ്ധിയാർ-
ന്നാദിത്യപ്രഭചേർന്നു മിന്നുമതുല-
സ്ത്രീത്വത്തിനാദ്യത്വമേ,
നീതിയ്ക്കായ്പ്പുഴുപോൽപ്പിടഞ്ഞുമിടറി-
ക്കേണും തളർന്നോരു നിൻ-
പാദത്തിൽപ്പിളരുന്നു മാതൃഹൃദയം;
മാഴ്കുന്നു രാമായണം!

ഇന്നും വേപഥുവാണ്ടമണ്ണിലെഴുതാ-
നെന്തുള്ള,തീപ്രാകൃതം
തുന്നിച്ചേർത്തൊരു താളിയോലയടിയ-
ന്നാശ്ചര്യചൂഡാമണി!
ഒന്നൊന്നായുരുവിട്ടു നിന്നെയിതുകേൾ
പ്പിക്കട്ടെ; മൗനവ്രതം-
തീർന്നിട്ടെങ്കിലുമിത്തപസ്സിനൊരു സൗ-
ഭാഗ്യം തരാറാവുമോ?

ഹാ! നിൻ കൺകളചഞ്ചലങ്ങൾ, വദനം
ധ്യാനോന്മുഖം, വിസ്തൃതം—
വാനംപോലകളങ്കമാഹൃദയ, മ-
ദ്വൈതം ഭവദ്ദർശനം
ഞാനെൻ കൈപ്പിഴ തീയിലിട്ടു കരിയി-
ച്ചാലും ഭവാൻ തന്നെയുദ്-
ഗ്ഗാനം ചെയ്തുതരുന്നു വിശ്വകഥയാ-
ദ്യം തൊട്ടൊടുക്കംവരെ!*

എല്ലാമങ്ങയിൽനിന്നുദിച്ചു വികസിയ്-
ക്കുന്നൂ, സ്വയം പൂർണ്ണമാ-
യെല്ലാമങ്ങയിലാണ്ടലിഞ്ഞു വിലയിയ്-
ക്കുന്നൂ യുഗം തോറുമേ

അല്ലാകുന്ന ഭവാബ്ധിതന്റെ മറുഭാ-
ഗത്തോ വെറും കാലുമായ്-
ച്ചെല്ലുന്നൂ മമ പൂർവപുണ്യകല നിൻ
പൊന്നോതിരപ്പൂവുമായ്?

ക്രൗഞ്ചത്തിൻ വിരഹം പ്രപഞ്ച, മതിലെ-
ശ്ലോകങ്ങൾ ശോകങ്ങ,ളെൻ-
നെഞ്ചിൽക്കാരണവാരിധിത്തിരകൾ ത-
ന്നുച്ചണ്ഡഭേരീരവം;
പഞ്ചപ്രാണമടക്കിയിന്നുമലയു-
ന്നല്ലോ ഗുഹൻ ഞാൻ, വെറും-
വഞ്ചിക്കാര,നയോദ്ധ്യതന്റെ കുളിരേ!
എന്നെത്തുഴഞ്ഞാവൂ നീ! ■

---

* കവി എത്ര ശക്തിഭദ്രനായിരുന്നാലും, കൃതി കാവ്യകലയുടെ ആശ്ചര്യ ചൂഡാമണിയായിരുന്നാലും ആചാര്യപാദരുടെ അനുഗ്രഹവും അംഗീകാരവുമില്ലെങ്കിൽ നിർദ്ദാക്ഷിണ്യം അതു തീയിലെരിക്കാൻ കവി തയ്യാറാവുന്നു. നൈരാശ്യത്തിന്റെ അഗ്നിയിൽ എല്ലാം ഭസ്മം! മറിച്ച്, അവിടുന്ന് ധ്യാനനിമഗ്നനായിരിക്കുമ്പോഴാണോ കവിയുടെ അനൗചിത്യം സ്വന്തം സൃഷ്ടിയുടെ ചാപല്യം കേൾപ്പിച്ചത്? എങ്കിൽ, ശതാവധാനിയായ ഗുരു ഒരിക്കൽ കേട്ടതു മുഴുവൻ ഓർമ്മയിൽനിന്നു പകർന്നുതരും. ഏതോ ജന്മത്തിൽ എന്റെ ഗുരു—വിശ്വഗുരു—ധ്യാനത്തിലായിരുന്നു. കേൾപ്പിച്ചതെല്ലാം പ്രതികരണമില്ലാഞ്ഞ് ഞാൻ എന്നോടൊപ്പം തീയിലിട്ടു. ഭക്തവത്സലനായ അവിടുന്ന് ഈ ജന്മത്തിൽ ഓർമ്മയിൽനിന്ന് എനിക്ക് അതെല്ലാം പറഞ്ഞുതരുന്നു. ഞാൻ പകർത്തിവയ്ക്കുന്നു, അത്രമാത്രം!

കർഷകാഞ്ജലി

ലോകാലോകകലാമയീ, സകലസ-
ന്വൂർണ്ണേ, യപർണ്ണേ, ജഗ-
ന്മാതേ! മംഗളകാരിണീ, യമൃതസം-
ഗീതപ്രഭാവർഷിണീ
ശോകാർത്തിപ്രഹരേ, വിമൂകതിമിരം
വാചാലസൂര്യോദയ-
ശ്രീയാക്കും മഹിതേ, പ്രണാമമഖിലേ
മൂകാംബികേ, അംബികേ!

നാദബ്രഹ്മം വിടർത്തി, പ്രണവഗുണകലാ-
സാരതത്ത്വം പുലർത്തീ
വേദപ്പൂന്തേൻ ചുരത്തി, പ്പുനരപി ജനന-
ങ്ങൾക്കരഞ്ഞാണു ചാർത്തി
ആദിത്യശ്രീകലർത്തി,ത്തരളമിരുളിൽനൂ-
റക്ഷരപ്പൂ നിരത്തീ
മോദിക്കും വേദമാതിന്നടിയനറിവുകേ-
ടിന്റെ നേദ്യം നടത്തി.

എല്ലാം നട്ടുനനച്ചു നന്മവിളയി-
ച്ചീടും ജഗത്പ്രേമമേ
എല്ലാം പോറ്റിവളർത്തി അക്ഷതമവർ-
ക്കൂട്ടുന്ന വാത്സല്യമേ,
അല്ലിൻ പാടമറിഞ്ഞു കൊയ്തു പുലർകാ-
ലം തീർക്കുമമ്മേ, നിന-
ക്കല്ലോ കർഷകകമ്രകാമനകൾതൻ
കല്ഹാരപുഷ്പാഞ്ജലി! ■

ഒറ്റമണികൾ

കവനകൗതുകം

അക്ഷതച്ചിമിഴുടച്ചുയർന്ന ശല-
ഭത്തെയെന്റെ ഹൃദയത്തെ ന-
ക്ഷത്രമാക്കി വിരലിൽച്ചുഴറ്റി വിള-
യാടിടും വിധിവിലാസമേ,
യക്ഷവീണകളിലാദിതാരമുഖ-
മുദ്രയായ്പ്പുലരുമാറെനിയ്-
ക്കക്ഷരാത്മിക കനിഞ്ഞുതന്ന കല-
യാവുകീക്കവനകൗതുകം!

അഞ്ജലി

നീലാകാശമണിക്കിരീടമണിയും
മാതേ, മഴച്ചാറ്റലാൽ
മേലാകെപ്പനിനീർ തളിച്ചു പുളകം
പുൽകും പ്രപഞ്ചാത്മികേ,
ബാലാദിത്യനെ നെറ്റിയിൽത്തിലകമായ്-
ച്ചാർത്തുന്ന സൗന്ദര്യമേ
ലീലാകാരിണി നിന്റെ മാറിലൊരു കൈ-
ക്കുഞ്ഞല്ലി ഞാനിപ്പൊഴും?

പത്തിയൂർ ഭഗവതി

എത്തീ ഞാൻ തൊഴുകയ്യുമായ് ഭഗവതീ
തൃപ്പാദപത്മങ്ങളിൽ-
ത്തത്തീടുന്ന മരന്ദമുണ്ടു കവിതാ-
ഹ്രീംകാരതാരുണ്യമായ്;

തെറ്റുമ്പോളുടനെന്റെ വാക്കു സുകൃത-
ത്തേനാക്കുമാ നോക്കിനാൽ-
ക്കെട്ടിക്കൊള്ളുക നിൻ തൊഴുത്തിലിവനെ
ശ്രീപത്തിയൂരംബികേ!

ഇതിഹാസച്ചിലമ്പ്

കുറ്റം ചെയ്തതൊരാ,ളതിന്റെ പിഴ നിൻ-
കാന്തന്റെ മേ,ലൊക്കെയും—
തെറ്റിച്ചൂ വിധി! വാൾപ്പിഴയ്ക്കു വചനം—
തേടും തമോവീഥിയിൽ
ഒറ്റക്കയ്യിലുയർത്തി നീ മറുപടി-
ത്തീജ്ജ്വാല, യിന്നഗ്നിയോ
മുറ്റുന്നൂ മധുരാപുരത്തി, ലിതിഹാ-
സം പൊൽച്ചിലമ്പാക്കുവാൻ?

തോന്നയ്ക്കലിലെ സന്ധ്യ

ഈശാവാസ്യമുണർന്ന ഹൈമവത സൽ[1]-
സ്സാനുക്കളിൽ, ബ്ഭാഷത-
ന്നാശാപൗർണ്ണമി[2] പൂത്തുലഞ്ഞു കുടനീർ-
ത്തീടുന്ന തോന്നയ്ക്കലിൽ
ഹാ! ശബ്ദം[3] ബലിപുഷ്പമായി വിടരു-
ന്നേരത്തു പൊൻതൂവലാൽ
ആശാൻ കാവിപുരട്ടു[4] മക്ഷരകലാ-
സന്ധ്യേ, ത്രിസന്ധ്യാഞ്ജലി!

---

1. 'നളിനി'യുടെ ആരംഭശ്ലോകം—'നല്ല ഹൈമവതഭൂവിൽ...'
2. ചിത്രാപൗർണ്ണമിയ്ക്കായിരുന്നല്ലോ ആശാന്റെ ജനനം.
3. 'വീണപൂവ്' വിടരുന്നതുതന്നെ 'ഹാ!' ശബ്ദത്തിലാണ്.
4. ആശാന്റെ നായകന്മാരെപ്പറ്റി പൊതുവേയുള്ള പരാമർശങ്ങൾ ഓർക്കുക. പിന്നെ ആ കവിതകളിലുള്ള തത്ത്വചിന്താപരിവേഷവും.

അക്ഷരസപ്തതി*

പൊയ്യാൾ ചൂഴുന്ന യുദ്ധക്കളം[1]! ഇതിലൊരു മ-
ട്ടർദ്ധവൃത്തം[2] നിവർത്തീ-
ട്ടെയ്യാൻ വയ്യാത്ത വല്ലായ്മകളുടെ ഭഗവത്-
ഗീതയാമാർദ്രമേഘം
പെയ്യാവൂ സ്നേഹവർഷം ചിരമിനിയു, മഴു-
ക്കാർന്ന മൺകട്ടയേയും-
നെയ്യാക്കും കയ്യെനിക്കും[3] ശരണ,മയി കലാ-
കൃഷ്ണനാം കൃഷ്ണനുണ്ണീ!

കാലം വെള്ളിക്കിരീടം, കവനരസമെഴും
കൗതുകപ്പീലി[4] വിഘ്നം-
പോലും ഗോവർദ്ധനം, പൂങ്കുഴലിനു കുളിരാ-
നക്ഷരശ്ലോകപൂരം[5]
ആലസ്യപ്പൂതനയ്ക്കോ വളരെ വളരെ മു-
മ്പേകി മോക്ഷം, ഭവാന്നീ
നീലം[6] നന്നായി സദ്വൃത്തരുടെ[7] കരളുകൾ-
ക്കുണ്ണിയാമുണ്ണിമാഷേ!

---

* പ്രശസ്ത സംസ്കൃതപണ്ഡിതനും അക്ഷരശ്ലോകാചാര്യനും അക്ഷരശ്ലോകപരിഷത്തിന്റെ പാർത്ഥസാരഥിയും കവനകൗതുകം മാസികയുടെ പരമാത്മാവും ആയ പ്രൊഫസർ എൻ.ഡി. കൃഷ്ണനുണ്ണിയുടെ സപ്തതിസ്മരണയാണ് ഈ ശ്ലോകങ്ങളിൽ (1977 ഒക്ടോബർ).

1. അവിദഗ്ദ്ധരായ ശ്ലോകരചയിതാക്കളുടെ അരങ്ങ്.
2. മുഴുവനായി ഉറച്ചുകിട്ടാത്ത വൃത്തബോധം; വില്ല് എന്നും.
3. ഏത് അപക്വശ്ലോകവും അദ്ദേഹം തൊട്ടാൽ പക്വമാവും.
4. 'കവനകൗതുകം' മാസിക.
5. അക്ഷരശ്ലോകസദസ്സുകളുടെ പൂരം. തൃശൂർപൂരത്തോടനുബന്ധിച്ചു നടത്തുന്ന വിശേഷാൽ സദസ്സുകൾ എന്നും.
6. ഉണ്ണിമാഷ് സാധാരണ ഉപയോഗിക്കുന്ന നീല ഉടുപ്പ്.
7. ഉത്തമന്മാരുടെ--നല്ല ശ്ലോകക്കാരുടെ എന്നും.

പ്രാരബ്ധപ്പൈക്കളെക്കൊണ്ടവിടവിടെയൊതു-
ക്കീട്ടു[8] സൗഖ്യങ്ങൾ പൂക്കും-
തീരത്തീ ശ്രീവിഹാര[9] പ്രിയവസതിയെ വൃ-
ന്ദാവനംതന്നെയാക്കി
ചാരത്തോരോ കവിത്വപ്പൊതികളി[10]ലവിലു-
ണ്ടാത്മഹർഷം പുലർത്തും
സാരജ്ഞന്നശ്വഘോഷപ്രതിഭ[11] പരിമള-
ത്താലമേന്തട്ടെ മുന്നിൽ! ■

---

8. ഉദ്യോഗം വിട്ടതിനുശേഷം.

9. വടക്കേച്ചിറയ്ക്കടുത്ത് ഉണ്ണിമാഷ് താമസിച്ചിരുന്ന 'ശ്രീവിഹാർ'. ലക്ഷ്മി (ഐശ്വര്യം) കളിയാടുന്ന പ്രിയപ്പെട്ട വസതി എന്നും.

10. അയച്ചുകിട്ടുന്ന കല്ലും നെല്ലും നിറഞ്ഞ ശ്ലോകപ്പൊതികൾ.

11. അശ്വഘോഷന്റെ 'ബുദ്ധചരിതം', 'സൗന്ദരനന്ദം' എന്നീ കാവ്യകൃതികൾ ഉണ്ണിമാഷ് വിവർത്തനം ചെയ്തിട്ടുണ്ട്.

ധന്യസപ്തതി*

ഓലക്കം പൂണ്ട മേടപ്പുലരി തളിരിളം-
കയ്യിലേന്തുന്ന വെള്ളി-
ത്താലത്തിൽച്ചേർത്തുവച്ചൂ ദശമി[1],കറുകതൊ-
ട്ടുള്ള പുഷ്പങ്ങളെല്ലാം[2]
കാലാംഗജ്ഞാനവാരാർന്നിധി[3]യുടെ വിധി[4]യുൾ-
ക്കൊ,ണ്ടഗസ്ത്യൻ കണ്[5],ക്കെ-
ക്കാലത്തും പുഞ്ചിരിയ്ക്കും ഗുരുവരനരുളാം
സപ്തതിയ്ക്കാപ്തവാക്യം!

സാമാന്യംപോൽ കൊടകര അരീ-
ക്കാട്ടെഴുംക്ഷേത്ര, മെന്നാൽ-
ദ്ധീമാനങ്ങേ പ്രതിഭ രവിയായ്
നില്പതുച്ചത്തിലല്ലീ?[6]
ഹാ, മന്ദൻ പോയ് ബ്ബുധനിലുദയ[7]-
ശ്രീ വിടർത്തുന്നൊരങ്ങേ-
ക്കാമാക്ഷിത്വം വിരവിലലിവാർ-
ന്നെന്നിലും പൊന്നുപൂശീ!

---

* ആചാര്യോത്തമനായ പ്രൊഫ. പി.ജി. പുരുഷോത്തമൻപിള്ളയുടെ സപ്തതി.

1. മേടത്തിലെ ദശമിനാൾ ആയിരുന്നു (1165).
2. ദശപുഷ്പങ്ങൾ.
3. കറുത്ത അച്ചടിമഷിയിൽ പരന്നുകിടക്കുന്ന വിപുലമായ വിജ്ഞാനസാഗരം.
4. ഉൾപ്പൊരുൾ.
5. താരതമ്യേന അല്പം പൊക്കം കുറഞ്ഞ അഗസ്ത്യമഹർഷിയും സപ്തസാഗര ങ്ങളെ കുടിച്ചു വറ്റിച്ചുകളഞ്ഞു!
6. അല്പം ജ്യോതിഷം. മേടമാസത്തിൽ ജനിച്ചവർക്ക് ആദിത്യൻ ഉച്ചനാണല്ലോ.
7. ശനിദശ മാറി ബുധദശ തുടങ്ങുന്നു.

ആഴക്കെല്ലാമുഴക്കായ്പ്പൊലിയുമരിയ കൈ-
പ്പുണ്യവർണ്ണം തവിട്ടിൽ-
വാഴുംപോൽ! താങ്കളിഷ്ടം തടവിടു മഴകിൻ
പൊന്നവിട്ടം ധനിഷ്ഠം![8]
ഏഴേഴായ്പ്പത്തുചേർന്നാലെഴുപതുതികയു-
ന്നീല, മാർക്കണ്ഡപുണ്യം-
പാഴാമോ? പണ്ഡിതാഗ്രേസര! വരഗുരുവ-
ന്ദ്യർക്കു വാർദ്ധക്യമുണ്ടോ?

സപ്തത്യുത്സവമേളമിങ്ങനെയുഷഃ
പൂജയ്ക്കു തുല്യം[9] കഴി-
ച്ചെത്തീടുന്ന ശതാഭിഷേകമതു തൃ-
ശ്ശൂർപ്പൂരമായ്ത്തീരവേ[10]
ചിത്താമോദ കരിപ്രയോഗമവിടെ-
പ്പൊട്ടിയ്ക്കുമെൻ പൂർണ്ണച-
ന്ദ്രത്വം ശ്രീപുരുഷോത്തമാഖ്യനയുതം
കാണട്ടെ പൂമാരിയായ്! ■

---

8. അവിട്ടം നക്ഷത്രം. 'അവിട്ടം തവിട്ടിലും വാഴും' എന്ന് ചൊല്ല്.
9. ഉഷഃപൂജമാത്രമാണ് സപ്തതി. ഉച്ചപ്പൂജയും മറ്റും വരാനിരിക്കുന്നതേയുള്ളൂ.
10. തൃശൂർപൂരവും മേടത്തിലാണല്ലോ.

അമ്മ വിളിക്കുന്നു!

സ്വർണ്ണത്തിലുൾച്ചേർന്ന സുഗന്ധമായ് നാം-
വർണ്ണിപ്പതേതൊന്നിനെ, യാമഹത്ത്വം
പുണ്യത്തഴപ്പേറിയ ഭാരതത്തിൻ-
മണ്ണിന്നുമാത്രം തനതായ തത്ത്വം!

അന്തസ്സുമദ്ധ്യാനവുമൊത്തുചേരും-
ചന്തത്തിലൈശ്വര്യസമൃദ്ധി നേടി
ചിന്താബ്ധിയെന്നും കടയുന്ന നമ്മൾ-
ക്കെന്തൊക്കെയില്ലിത്തറവാട്ടിലോർത്താൽ!

മഹർഷിമാരാകിയ കാരണോന്മാ-
രഹർന്നിശധ്യാനനിലീനരായി
പ്രഹർഷപൂർവം പുളകങ്ങൾ കൊയ്തോ-
രിഹത്തിൽ നാമെത്ര മഹത്ത്വമാർന്നു!

യജ്ഞങ്ങളാൽദ്ദേവമനോരഥങ്ങൾ
സജ്ജങ്ങളാക്കിബ്ഭരതോർവ്വിതന്നിൽ
അജ്ഞേയമാർഗ്ഗങ്ങളറിഞ്ഞു നമ്മൾ
ഉജ്ജ്വാലനം ചെയ്തിതു പൂർവപുണ്യം!

ഈടുറ്റ വേദങ്ങൾ പിറന്ന വൃക്ഷ-
ച്ചോടൊക്കെ വീടാക്കി,യവയ്ക്കു ചുറ്റും
ഓടിക്കളിച്ചൂ പല മന്ത്രവിദ്യാ-
ഗൂഢാർത്ഥ ശാസ്ത്രങ്ങൾ കിടാങ്ങൾപോലെ!

മഹത്ത്വമേറീടുമൊരീടുവയ്പിൽ
മതിയ്ക്കു പൂർണ്ണത്വമണച്ചിതന്നാൾ
മഹേതിഹാസങ്ങൾ മഹാപുരാണം
മനോജ്ഞ കാവ്യാദികൾ നാടകങ്ങൾ!

ഉദിയ്ക്കുമാദിത്യനു തേരു നൽകീ
നദിയ്ക്കു സന്ദേശസുഖങ്ങൾ നൽകി
പദങ്ങൾ ഋഗ്വേദഫലങ്ങളാക്കി-
സ്സദാപി നാം വാണു സമത്വമോടെ!

ഓംകാരമന്ത്രങ്ങളുരുക്കഴിച്ചും
ഓം ശാന്തി ശാന്തിയ്ക്കു വിളക്കു വച്ചും
ഓമൽപ്രഭാതങ്ങൾ കുളിച്ചു കൂപ്പും
ഓരോ മനസ്സും തനി ഭാരതീയം!

പാടങ്ങളിൽ ധാന്യസമൃദ്ധി, യോഗീ-
വാടങ്ങളിൽ ധ്യാനസമൃദ്ധിയേവം
കൂടുന്ന സംസ്ക്കാരസുഗന്ധമെത്തി-
ച്ചീടുന്നു കാറ്റിന്ദ്രസദസ്സിലോളം!

ഈയാർഷഭൂവാം തറവാട്ടിൽ മുന്നം
ആയാതരായിപ്പരദേശികന്മാർ
സ്വീയാർത്തിയങ്കത്തിലൊളിച്ചുചൊന്നാർ:
'തായേ, വിശക്കുന്നു, കനിഞ്ഞിടേണം!'

കസ്തൂരി, വെൺചന്ദനമാദിയാകും
വസ്തുക്കളെക്കൊള്ളയടിച്ചുകൂട്ടി
നിസ്താരണം ചെയ്യുകയെന്ന ലക്ഷ്യം
'സ്വസ്ത്യസ്തു'വോതീട്ടവർ മൂടിവച്ചു.

വന്നോർക്കു വന്നോർക്കു വിരുന്നൊരുക്കി
അന്നന്നവർക്കുള്ള സുഖങ്ങൾ നോക്കി
എന്നമ്മ സൽക്കാരവിനീതയായേ
നിന്നാളുദാരാത്മിക, യാതിഥേയ.

കൈവിട്ടുപോം തന്മയറിഞ്ഞിടാതെ
കൈവല്യമൊന്നേ കരുതീട്ടു നമ്മൾ
ദൈവങ്ങളെപ്പോലെ മതിച്ചു, ശാപ-
ത്തെവച്ചു താൻ പോറ്റുകയായിരുന്നു.

വരുത്തരായോരവർ മെല്ലെ മെല്ലെ-
ക്കരുത്തരായിത്തറവാട്ടുകാര്യം
ഉരുത്തിരി, ച്ചായതു കയ്യടക്കീ-
ട്ടരുദ്ധരായ് നമ്മെ ഭരിക്കലായീ!

മദാന്ധരായോരവർ കൊണ്ടുവന്നൂ
മതങ്ങൾ, ദൈവങ്ങൾ, മഹാനുകങ്ങൾ!
മതിച്ചു നാമപ്പൊളതൊക്കെ, യന്നേ
മരിക്കയായ് നമ്മുടെ മൂല്യബോധം.

ഗർവ്വിച്ചു തമ്മിൽത്തലതല്ലുവാനും
സർവ്വാംഗവിദ്വേഷമുണർത്തുവാനും
ദുർവ്വാരമായ്പ്പോരിനിറങ്ങുവാനും
ദുർബ്ബുദ്ധിമാർ നമ്മിൽ വിഷം ചെലുത്തി!

ഒന്നിച്ചുനിൽക്കേണ്ടവർ തമ്മിലേവം
ഭിന്നിച്ചു നിത്യം കലഹിച്ചുകൂടി;
വന്നോർക്കു ലാഭത്തിനുവേണ്ടി നമ്മൾ-
ക്കിന്നും കുതർക്കങ്ങൾ, നിഷേധവാക്യം!

പിറന്നൊരീ മണ്ണിലുമന്യരായ് നാം
മറന്നുപോയ് നമ്മുടെ വേരുപോലും
ഉറങ്ങിടുന്നൂ കുഴമഞ്ഞിനൊപ്പം
നിറഞ്ഞെഴും നമ്മുടെ വീര്യബോധം!

മലർന്നു നാം വീണു മയങ്ങിടുമ്പോൾ
ഝലർക്കു നെഞ്ചിൽക്കുഴി കുത്തിടേണം
സ്വലക്ഷ്യമാകും ദുര നാട്ടി, യെല്ലാം
വിലയ്ക്കെടുത്താസ്തി വളർത്തിടേണം!

കലക്കവെള്ളത്തിലെ മീൻപിടിത്തം
അലക്ഷ്യഹുംകാരവിലോഭതന്ത്രം
നിലയ്ക്കുനിർത്താനിനിയാരുമില്ല-
ന്നിലയ്ക്കു മേന്മേലവകാശവാദം.

പണ്ടമ്മയെക്കാത്ത പിടിപ്പു കെട്ടോ-
രുണ്ടാക്കിവച്ചോരവിവേകതന്ത്രം
കണ്ടീലയോ? ദുഃഖിതയമ്മയിപ്പോൾ
മിണ്ടീടിൽ വർഗ്ഗീയതയാണുപോലും!

പെറ്റമ്മയേയും തറവാട്ടിനേയും
ഒറ്റുക്കൊടുക്കാൻ പടിപറ്റുവോരേ,
തെറ്റെന്നു പിന്മാറുക, നമ്മെ നമ്മൾ
വിറ്റല്ല നേടേണ്ടതു വിശ്രുതത്വം!

ശ്രീരാമനെപ്പെറ്റവളെന്റെയമ്മ
ശ്രീകൃഷ്ണനെപ്പെറ്റവളെന്റെയമ്മ
ശ്രീബുദ്ധനെപ്പെറ്റവളെന്റെയമ്മ
ശ്രീത്വങ്ങളെപ്പെറ്റതുമെന്റെയമ്മ!

സീതയ്ക്കു മാതാവിവൾതന്നെയല്ലോ
ഗീതയ്ക്കുമീയമ്മ സവിത്രിയല്ലോ
രാധയ്ക്കു കൃഷ്ണയ്ക്കു ശകുന്തളയ്ക്കും
മാതാവു സാക്ഷാൽബ്ഭരതോർവ്വിയല്ലോ!

ഹിമാചലം, ഗംഗ, സുമേരു, കന്യാ-
കുമാരി, വിന്ധ്യാചല, മിന്ദ്രകൂടം
അമാനുഷജ്ഞാന കലാപുരാണ-
പ്രമാണിതാവർത്തനരാശിചക്രം;

ഋതുക്കൾ, പുഷ്പങ്ങൾ, അനാദിയാം സം-
സ്കൃതം, പ്രഭാതം, തപ, മിന്ദ്രചാപം
ഋതം, വ്രതം, വിദ്യ, വിഭാവ, മാത്മം
ഇതൊക്കെ ഹാ! നിന്നണിഭൂഷയല്ലോ!

വസുന്ധരേ, നിന്റെ മഹത്ത്വമെത്ര
വസുക്കളെപ്പെറ്റുവളർത്തിയില്ല
നിസർഗ്ഗജസ്നേഹസുരൂപിണീ നിൻ
അസംഖ്യഭാഗ്യങ്ങളഭംഗുരങ്ങൾ!

അദ്ധന്യമാതാവിനൊരാധിവന്നാൽ
പുത്രർക്കു കൈകെട്ടിയിരിക്കലാമോ?
ചത്താലുമാവട്ടെ, നമുക്കു വീണ്ടും-
വെട്ടിപ്പിടിയ്ക്കാം പ്രിയമാതൃമാനം!

വിലങ്ങഴിഞ്ഞെന്നതു തോന്ന, ലോരോ-
വിലങ്ങിലിന്നും പിടയുന്നിതമ്മ
നിലയ്ക്കു നിൽക്കാനിടമില്ല, കാണും-
സ്ഥലത്തിനെല്ലാമവകാശിയന്യൻ!

വിളക്കു സന്ധ്യയ്ക്കു കൊളുത്തുവാനും
വിളിച്ചുചോദിക്കണമെന്നു വന്നാൽ
ജളത്വം! ആൺമക്കളിലാർക്കുമില്ലേ
തിളച്ചെഴും ചോര? തിളങ്ങിടും വാൾ?

ഉണർന്നു ചിന്തിയ്ക്കുക നമ്മൾ, ഒന്നാ-
യിണങ്ങിയൈക്യത്തിനു മാറ്റണയ്ക്ക;
തണിഞ്ഞൊരാത്മീയ വെളിച്ചമുള്ളിൽ-
പ്പിണ,ഞ്ഞതഗ്നിത്രയമായിടട്ടേ!

ദുർബ്ഭൂതമെല്ലാമതിൽവീണടിഞ്ഞി-
ട്ടിബ്ഭൂമി വേദാത്മികയായിടട്ടേ
ഉദ്ഭൂതമാവട്ടെയതിങ്കൽനിന്നും
സദ്ഭൂതിമന്ത്രങ്ങൾ സനാതനങ്ങൾ!

മുടിച്ചുതിന്നാൻ കുടിയേറിയോർ പ-
ണ്ടിടിച്ചു മണ്ണാക്കിയ കൊത്തളങ്ങൾ
അടിച്ചുടച്ചിട്ട മഹത്ത്വവും നാം
പടുത്തുയർത്തീടുക വീര്യമോടെ!

വരേണ്യയാമമ്മ വിളിച്ചിടുന്നൂ
വരൂ, സ്വധർമ്മത്തിനു കാപ്പുകെട്ടൂ
വരിഷ്ഠമാം പുണ്യപതാക മാനം-
വരിയ്ക്കെ, മാനത്തിലുയർത്തി നിർത്തൂ! ■

ചിത്തിരസ്മൃതി

സ്നേഹിയ്ക്കാൻ, ഭക്തിപൂർവം തിരുനടയണയാൻ
കുമ്പിടാൻ, നിന്നെ നിത്യം-
ധ്യാനിയ്ക്കാൻ, തന്റെയോമൽപ്രജകളെ സദയം
കാക്കണേയെന്നു കേഴാൻ
ആനന്ദക്കണ്ണുനീരാലൊരു കടലവിടെ-
ത്തീർത്തു, സാഷ്ടാംഗമങ്ങേ-
പ്പാദത്തിൽപ്പത്മമാവും തിരുവടിയെവിടെ-
പ്പോയിതെൻ പത്മനാഭാ!

പുണ്യത്താലെന്റെ നാട്ടിൽജ്ജനഹിതമറിയാൻ
പെയ്യുവാൻ വന്നുദിച്ചോ-
രന്യൂനസ്നേഹമേഘത്തിരുവടിയടിയ-
ങ്ങൾക്കു കൺകണ്ട ദൈവം!
ഒന്നേ ഭേദം നിനച്ചാ, ലയി തവ നളിനം
നാഭിയിൽ! തമ്പുരാനോ
സൗന്ദര്യത്താമരപ്പൂ വിരിവതു തിരുവു-
ള്ളത്തിലാണെന്നുമാത്രം!

കർണ്ണൻപോലെയരിഞ്ഞുനൽകിയവിടു-
ന്നങ്ങേയ്ക്കു കൈവന്നതാം-
സ്വർണ്ണത്തിൻ കവചത്തെയി പ്രജകൾതൻ
ധർമ്മത്തെ മാനിയ്ക്കുവാൻ
കർണ്ണം പോറ്റിയ കുണ്ഡലങ്ങളെയും! ഈ
നാട്ടാർക്കു നീ ചിത്തമാം-
സ്വർണ്ണക്ഷേത്രകവാടമങ്ങനെ തുറ-
ന്നിട്ടൂ മഹാപുണ്യമേ!

ധർമ്മം കോരിനിറച്ചു നീയിരുകരം-
കൊണ്ടും, കരിഞ്ഞേ കിട-
ക്കുന്നോരീ കലികാലവന്ധ്യതകളിൽ
കല്ഹാരമുണ്ടായ് വരാൻ

എന്നും ധന്യമൊരോർമ്മ ഞങ്ങളിലുണർ-
ന്നീടുന്നു കൈകൂപ്പി, നിൻ
ഔന്നത്യം തെളിയുന്ന ചിത്തിര ചിരി-
ച്ചീടുന്നു നക്ഷത്രമായ്!

വാഴ്ത്താമുച്ചം തരമൊ,ടൊരുമ-
ട്ടുള്ള വൈതാളികർക്കോ
വായും നാവും പണയ, മവർ വാഴ്-
ത്താം ഹിരണ്യായനാമം.
തീർത്താൽത്തീരാക്കടം, ഉടയതേ!
തീരുമോ? നന്ദിപൂർവ്വം-
താഴ്ത്തിപ്പോകും തലയിലൊരു ഹർ-
ഷാശ്രുമുത്താരുതിർപ്പൂ! ■

അനുബന്ധം

അനുബന്ധം-1

അഭിഷേകമന്ത്രം

അക്കിത്തം

പറ്റുന്നില്ലാ വഴിയറിയുവാ-
    നെന്ന വാർദ്ധക്യബോധം-
വറ്റാക്കണ്ണീർപ്പെരുമഴപൊഴിയ്-
    ക്കും കരൾക്കൂരിരുട്ടിൽ
ഒറ്റയ്ക്കാരെൻ മുകളിൽ നനയാ-
    പ്പട്ടു മേലാപ്പുകെട്ടീ
ചുറ്റും വാണീലഹരി ശരറാ-
    ന്തൽത്തിളക്കം വിതയ്ക്കെ?

തെക്കൻദിക്കിൽത്തരളഹൃദയം
    പൂണ്ടു, മിബ്ഭാരതത്തി-
ന്നൊക്കെ ശ്രേയസ്സരുളിമരുവും
    നിത്യകന്യാകുമാരി
ഒക്കത്തേറ്റീട്ടിനിമപൊഴിയും
    ചെന്തമിഴ്ച്ചിന്തു പാടി-
ക്കല്ക്കണ്ടച്ചേലരുളിയതെവ-
    ന്നായുവാവായിരിയ്ക്കും!

ഓരോന്നേവം മനസി നിരുപിയ്-
    ക്കുന്നു പക്കത്തിരിയ്ക്കും-
സ്മേരാത്മാവേ, തവമുഖസമാ-
    ലോകനം ചെയ്യവേ ഞാൻ,

‘ചേരൻ ചെങ്കുട്ടുവനു സമനാം
        നാളെ നീ’ യെന്നു പെട്ടെ-
ന്നാരെൻ കാതിൽച്ചൊരിവു മധുരം?
        ദേവി താനല്ലി തമ്പി?

പിന്നീടെല്ലാപ്പുലരികളിലും
        താങ്കൾതൻ തൂലികാഗ്ര-
ക്കണ്ണീർമുത്താൽപ്പുളകമണിയാൻ
        ഭാഗ്യമുണ്ടായവൻ ഞാൻ.
ഇന്നാശിസ്സിൻ കനകമുടി ചൂ-
        ടിയ്ക്കുവേൻ; ‘കേരളത്തിൻ-
മണ്ണിൽജ്ജീവിച്ചരുളുമിവനാ-
        ണെന്റെ കാലത്തിളംകോ!’

സാഹിത്യത്തിൽപ്പുതിയൊരു യുഗാ-
        രംഭമല്ലോ കുറിപ്പൂ
സൗഹിത്യോദ്യൽസ്സുരഭിലതയാം
        നിന്റെ പൊൽത്തൂലികാഗ്രം;
ദാഹിക്കേണ്ടാ വികചഭവികം
        തേടിടും ഭാവിപൗര-
വ്യൂഹത്തിന്നെന്നൊരു ഞൊടി സുഖി-
        ക്കട്ടെയോ ഞങ്ങൾ തമ്പീ?

(മാതൃഭൂമി ഓണപ്പതിപ്പ്, 1981)

■

അനുബന്ധം-2

അഗ്രേ പശ്യാമി

എൻ.കെ. ദേശം

അഗ്രേപശ്യാമിയുദ്യൽപ്പുളകമൊടുരമേ-
ശന്റെ തൃപ്പാദമൂന്നാ-
നബ്ജംപോൽ വാസനോത്ഭാസിത കവിഹൃദയം
കൈവരിയ്ക്കും വികാസം;
അക്ലിഷ്ടാർത്ഥ പ്രസാദാർജ്ജവഗുണമിളിതം
ഭാവനാശ്രീവിലാസം:
ശുഷ്കിക്കും മുൾപ്പടർപ്പിന്നിടയിലൊടുവിലായ്
മൊട്ടിടും ചൈത്രമാസം!

അഗ്രേപശ്യാമിയത്യാധുനികത പിളരും
വക്രതഗർത്തത്തിലാപ്പെ-
ട്ടല്പാല്പംതാണു കണ്ണീർക്കടലിലുഴലുമാ-
ശോച്യമാം ശ്ലോകശോകം
സദ്വൃത്തം പൂണ്ടു രക്ഷയ്ക്കുതകിയണയുമ-
പ്പദ്യചക്രത്തിനുൾപ്പൂ-
വർച്ചിയ്ക്കും കാഴ്ച; മൂകം മിഴിയിമയിളകാ-
തത്ഭുതസ്തബ്ധലോകം!

അഗ്രേപശ്യാമി പാവം കവിയുടെ വിനയാ-
നമ്രവിശ്വാസദാർഢ്യം;
തൽക്കോലത്തിൽക്കടക്കണ്ണടിമുടിയുഴിയും
ശൗരിതൻ സൗമ്യഹാസം;

തൃക്കയ്യാൽ വീണമീട്ടിക്കൃതിയതു സരസം
പാടിടും വാണിമാതിൻ
ചിത്തോല്ലാസപ്രഹർഷം; തൃഷിതരസനമേൽ
ഹർഷപീയൂഷവർഷം!

(മാതൃഭൂമി ആഴ്ചപ്പതിപ്പ്, ഏപ്രിൽ 17, 1977)

■

അനുബന്ധം-3

നന്ദീസ്തവം

ബാലചന്ദ്രൻ ചുള്ളിക്കാട്

ഗാനംകേട്ട ദിനംമറന്നുമൊരു സൽ-
ക്കാവ്യം ചുരത്തും സുധാ-
പാനത്തിന്റെ രസം മറന്നു മിവിടെ-
ക്കാലങ്ങൾ പാഴാകെ, യാം
മീനച്ചൂടിനുദഗ്രമാം രസനകൾ
പാളും മമാത്മാവിലീ-
യാനന്ദാമൃതവർഷമാം കവിതതൻ
സോപാനനീലാംബരി!

വേദംനാലുമെടുത്തുവാറ്റി,യൊരുമൺ-
പാനിയ്ക്കകത്താക്കി, യെൻ-
നാദംവറ്റിവരണ്ട കണ്ഠമിതിലും
കോരിപ്പകർന്നീടവേ,
മോദംകൊണ്ടു നറുന്തുടിപ്പടിയിൽ നീ
നേദിച്ച മന്ദ്രധ്വനീ-
നാദബ്രഹ്മവിലീനമെൻ മനമിതാ-
പാടുന്നു നന്ദീസ്തവം!

■

അനുബന്ധം-4

ആദ്യപതിപ്പിനെഴുതിയ അവതാരിക

സ്വർണ്ണത്തിന്റെ സുഗന്ധം

പ്രൊഫ. പി.ജി. പുരുഷോത്തമൻപിള്ള*

'പുസ്തകം മരിക്കുന്നു' എന്ന ശീർഷകത്തിൽ വൻകിട നിരൂപകന്മാരുടെ ഒരു ദീർഘസംവാദം സാഹിത്യമാത്രപ്രതിപാദകമായ ഒരു ദ്വൈമാസികയിൽ അടുത്തകാലത്ത് പ്രസിദ്ധീകരിച്ചുകാണുകയുണ്ടായി. പുസ്തകം മരണശയ്യയിലാണ് എന്നൊരാൾ. ചികിത്സ മോശമായതിനാലാണ് ഈ ഗുരുതരാവസ്ഥ എന്ന് മറ്റൊരാൾ. കവിതയും കഥയും നോവലും വായിക്കപ്പെടാത്തതിന്റെ മുഖ്യകാരണം ഉൾക്കനത്തിന്റെ നിസ്സാരതയാണെന്ന് തൃതീയൻ. ലിഖിതവാങ്മയത്തിനു മരണമില്ല എന്നൊരു ശുഭാപ്തിവിശ്വാസി. ചർച്ച അങ്ങനെ നീളുകയാണ്, ഒരെത്തും പിടിയുമില്ലാതെ. സാഹിത്യാസ്വാദകന്മാർക്കാകട്ടെ ഈദൃശവിവാദങ്ങളൊന്നും അത്ര പുത്തരിയല്ലതാനും. സുമാർ മൂന്നു ദശാബ്ദങ്ങൾക്കു മുമ്പ് നാം കേട്ടുകഴിഞ്ഞതാണ് 'കവിതയുടെ കൂമ്പടഞ്ഞു' എന്ന പരിദേവനം. പക്ഷേ, സത്യമെന്താണ്? ഇതേ കാലയളവിൽത്തന്നെയല്ലേ ഭാരതത്തിൽ ആദ്യത്തെ ജ്ഞാനപീഠപുരസ്കാരത്തിന് ഒരു മലയാളകവി അർഹനായത്? വൈകാതെ അതേ പുരസ്കാരത്തിന് മലയാള നോവലിസ്റ്റുകളും അർഹരായി. കവിതാരംഗം മാത്രം പരിശോധിച്ചാലും മുൻചൊന്ന കാലഘട്ടത്തിലെ നമ്മുടെ നേട്ടം നിസ്സാരമല്ല. അപ്പോൾ എന്തടിസ്ഥാനത്തിലാണ് ഈ അസ്വാസ്ഥ്യം? ഒരു കാര്യം ശരിയാണ്. യന്ത്രസംസ്കാരത്തിന്റെ വേലിയേറ്റം, വിജ്ഞാനമേഖലയിൽ ഇലക്ട്രോണിക് മാധ്യമങ്ങളുടെ ആധിപത്യം, ജനാധിപത്യസമ്പ്രദായം, സാക്ഷരതാഭിവൃദ്ധി, ഉപഭോക്തൃ സംസ്കാരം, ജീവിതാനുഭവങ്ങളിലും അഭിരുചികളിലും വന്ന

* നിരൂപകനും ഭാഷാധ്യാപകനുമായ പ്രൊഫ. പി.ജി. പുരുഷോത്തമൻ പിള്ള 2000 മാർച്ചിൽ അന്തരിച്ചു.

പരിവർത്തനം, സർവോപരി ആധുനിക മനുഷ്യന്റെ ജീവിതായോധ നവ്യഗ്രത—എന്നിങ്ങനെ പല കാരണങ്ങളാൽ സമൂഹമനസ്സ് കൂടുതൽ കർക്കശമായ കാവ്യാനുശീലനം ആവശ്യപ്പെടുന്ന കവിതയോടെന്നതിനെക്കാൾ, താരതമ്യേന അനായാസമായി ആസ്വദിക്കാവുന്ന കഥ, നോവൽ തുടങ്ങിയ ഗദ്യകൃതികളോട് കൂടുതൽ ആഭിമുഖ്യം പുലർത്തിവരുന്നു എന്ന വസ്തുതയാണോ ഇന്ന് കവിതയുടെ ആസ്വാദനത്തിനു വിഘാതമായിരിക്കുന്നത്? അതുമാകാൻ വഴിയില്ല. എന്തെന്നാൽ കാവ്യകലയുടെ കൈലാസശൃംഗങ്ങൾ ജനസാമാന്യത്തിന് ഒരിക്കലും സംപ്രാപ്യമായിരുന്നില്ല. അത് എക്കാലവും സാഹിത്യസംസ്കാരമാർജ്ജിച്ച ഒരു ലഘുന്യൂനപക്ഷം അനുവാചകർക്കേ ആസ്വാദ്യമായിരുന്നിട്ടുള്ളൂ. അപ്പോൾപ്പിന്നെ കവിതയുടെ പ്രചാരലുപ്തിക്ക് എന്താവാം മൂലകാരണം?

മുൻചൊന്ന അതിന്യൂനപക്ഷം സഹൃദയർക്കുപോലും അനാസ്വാദ്യമായ രീതിയിൽ, അത്യാധുനിക കവിതയുടെ സിംഹഭാഗവും ഗുണപക്ഷത്തിൽ താണനിലവാരം പുലർത്തുകയും, മറ്റു ചിലവ ആർക്കും സംവേദനക്ഷമമാകാത്തവിധം ദുർഗ്രഹമാവുകയും ചെയ്തിരിക്കുന്നു എന്ന ദുഃഖസത്യമാണ് ഈ ദുരവസ്ഥയ്ക്കു കാരണം എന്നനുമാനിക്കേണ്ടിയിരിക്കുന്നു. നൂതനപരീക്ഷണങ്ങളുടെ പേരിൽ വരുത്തിയ രചനാക്ലിഷ്ടത, ആശയദുർഗ്രഹത അഥവാ സങ്കീർണ്ണത, കടകവിരുദ്ധഭാവങ്ങളുടെ വികലസമ്മിശ്രണം, ദുഃഖോപാസന, നൈരാശ്യബോധം, ഭ്രമാത്മകത മുതലായ രൂപഭാവങ്ങളുടെ സംയുക്തമാണ് 'നവീന കവിത'യുടെ ലേബലിൽ അറിയപ്പെടുന്ന മിക്ക കൃതികളുടെയും മുഖമുദ്ര. ശക്തിയോ നിപുണതയോ അഭ്യാസമോ ഒന്നും വേണ്ടെന്നും, ആർക്കും കടന്നുവന്ന് എന്ത് പിടിപ്പുകേടും വിളമ്പാമെന്നും, അതെല്ലാം പുതുമയുടെ പേരിൽ ചെലവായിക്കൊള്ളുമെന്നും ഒരു മൂഢവിശ്വാസം തുടക്കക്കാരിൽപ്പോലും വളർത്തിയെടുക്കുവാനും അവരുടെ കാവ്യജീവിതത്തെ എന്നേയ്ക്കും വന്ധ്യമാക്കിയിടുവാനും അത്യന്താധുനികതയ്ക്കു സാധിച്ചു എന്നതത്രേ അതിന്റെ വൈപരീത്യം. ശക്തമായ അടിസ്ഥാനമില്ലാതെ ഗോപുരം കെട്ടിയതുപോലെ, ഭാഷയുടെ പ്രാഥമികധർമ്മമായ സംവേദനക്ഷമത പോലും മറന്നുകൊണ്ടുള്ള പദക്കസർത്തുകളായിരുന്നു പലതും. പ്രസിദ്ധ ആംഗലസാഹിത്യനിരൂപകനായ എ.പി. ഹെർബർട്ട് പറയുന്നു. "Language is used mainly for one of three purpose; namely to inform, to convince and to persuade." (ഭാഷ ഉപയോഗിക്കുന്നത് പ്രധാനമായും മൂന്നു കാര്യങ്ങൾക്കാണ്: പ്രാഥമിക ലക്ഷ്യം ആശയസംവേദനം. അതിന്റെ അടുത്തപടിയാണ്, അറിയിച്ച കാര്യം

ശ്രോതാവിനെ വിശ്വസിപ്പിക്കാനുള്ള ഭാഷയുടെ കഴിവ്. ധർമ്മത്തിന്റെ മൂന്നാംഘട്ടമാണ് വിശ്വസിച്ച കാര്യത്തിലേക്ക് ശ്രോതാവിനെ—അനുവാചകനെ—മനോവാക്കായകർമ്മങ്ങളാൽ ആകർഷിക്കാനുള്ള ഭാഷയുടെ പ്രേരണാശക്തി.) ഈ മൂന്നു പ്രക്രിയകളും നിപുണമായി നിർവഹിക്കുന്ന ഭാഷയാണ് ഉത്തമഭാഷ. ഭാഷാധർമ്മങ്ങൾ ഇവ മൂന്നുമായിരിക്കെ, അവയിലെ ആദ്യപടിയായ ആശയസംവേദനംപോലും വേണ്ടത്ര നിറവേറ്റാൻ കഴിയാത്ത ഭാഷ ഭാഷയാണോ? അത്യാധുനിക കവിതയെ അലട്ടുന്ന മുഖ്യപ്രശ്നവും ഇതുതന്നെ.

സത്യം, സൗന്ദര്യം, സ്വാതന്ത്ര്യം, സദാചാരം, ശാസ്ത്രം, കല, സാഹിത്യം എന്നിങ്ങനെ മർത്ത്യജീവിതത്തെ സുന്ദരവും സുഖപ്രദവും ശ്രേയസ്കരവുമാക്കാൻ സഹായിക്കുന്ന സമസ്തമൂല്യങ്ങളും അവയുടെ രൂപഭാവങ്ങളിൽ കാലാനുസൃതമായ പരിണാമങ്ങൾക്കു വിധേയമായിട്ടുണ്ടെന്നതിൽ പക്ഷാന്തരമില്ല. പക്ഷേ, പ്രസ്തുത വികാസപരിണാമങ്ങൾ കൊണ്ടൊന്നും അവയുടെ അന്തഃസത്തയ്ക്ക്—അഥവാ ഉണ്മയ്ക്ക്— നാശമോ മാറ്റമോ വരുന്നില്ല. ജീവിതാരംഭംമുതൽ ശരീരമനസ്സുകളുടെ അനുക്രമവികാസത്തിനും, പിൽക്കാല ജീർണ്ണതയ്ക്കും വിധേയമാകുന്ന ഒരു മനുഷ്യന്റെ ഈ നിരന്തരപരിവർത്തനത്തിനിടയിലും അയാളിലെ 'ഞാൻ' എന്ന ഉണ്മ ഓർമ്മവച്ച നാൾ മുതൽ മരണംവരെ, യാതൊരു മാറ്റവുമില്ലാതെ നിലനിൽക്കുന്നു. അതുപോലെ വികാരവിചാരാവിഷ്കരണങ്ങളുടെ മാധ്യമങ്ങളായ സാഹിത്യാദി കലകളുടെ മൗലികധർമ്മങ്ങളും മാറ്റമില്ലാതെ ചിരസ്ഥായികളായി വർത്തിക്കുന്നു. മൂവായിരത്തോളം ആണ്ടുകൾക്കപ്പുറത്തുണ്ടായ യവനേതിഹാസമായ ഹോമറുടെ 'ഇലിയഡും' പിന്നീടുണ്ടായ വാല്മീകി-വ്യാസ-കാളിദാസകൃതികളും ഈ ഇരുപതാം നൂറ്റാണ്ടിന്റെ സായംസന്ധ്യയിലും ലോകമെമ്പാടുമുള്ള സഹൃദയർക്കു മനോരഞ്ജകങ്ങളായി വർത്തിക്കുന്നതിന്റെ പൊരുളും മറ്റൊന്നല്ല. കവിതയുടെ പ്രമേയമോ പ്രതിപാദനരീതിയോ ഭാവാവിഷ്കാരശൈലിയോ കാലാകാലങ്ങളിൽ മാറാം; മാറിയിട്ടുമുണ്ട്. എന്നാൽ കവനകലയുടെ മൗലികധർമ്മമായ സംവേദനക്ഷമതയെ പാടേ വിഗണിച്ചുകൊണ്ടുള്ള ഏതു സർഗ്ഗവ്യാപാരവും ഒരു വൃഥാവ്യായാമമാകുന്നു. ആധുനിക കവിതയുടെ പേരിൽ അരങ്ങേറിയിരിക്കുന്ന പല പരീക്ഷണങ്ങളും ഇത്തരം നിഷ്പ്രയോജനങ്ങളായ ബൗദ്ധികാഭ്യാസങ്ങളാണെന്ന് പറയേണ്ടിവരുന്നതിൽ ഖേദമുണ്ട്. 'ആശാനക്ഷരമൊന്നു പിഴച്ചാൽ അമ്പത്തൊന്നു പിഴയ്ക്കും ശിഷ്യന്' എന്ന ചൊല്ല് ഏറ്റവുമധികം സഫലമായിക്കണ്ടത് ആധുനികകവിതയിൽത്തന്നെ എന്നും

പറയണം. രാജകീയവൃത്തങ്ങളായ അനുഷ്ടുപ്പോ സ്രഗ്ദ്ധരയോ ശാർദ്ദൂല വിക്രീഡിതമോ മന്ദാക്രാന്തയോ കുസുമമഞ്ജരിയോ അവർക്കു പേടിസ്വപ്നങ്ങളായത് ഈ അക്ഷരം പിഴയ്ക്കലിനെച്ചൊല്ലിയുള്ള ഭീതികൊണ്ടുമാത്രമായിരുന്നു എന്ന സത്യം സൂക്ഷ്മദൃക്കുകൾക്ക് അറിയാവുന്നതേയുള്ളു. ഒരു രക്ഷപ്പെടൽ എന്ന നിലയ്ക്ക് സുഖദങ്ങളും താരതമ്യേന ലളിതങ്ങളുമായ ദ്രാവിഡശീലുകളെപ്പോലും തള്ളിപ്പറയാൻ ഇടയാക്കിയ സാഹചര്യം അതാണ്. കവികുലഗുരുവായ മഹാകവി വള്ളത്തോളിന്റെ പ്രസിദ്ധമായ ചില കവിതകൾക്ക് ഹാസ്യാനുകരണം എഴുതിയും തരംകിട്ടുമ്പോഴൊക്കെ അദ്ദേഹത്തെ താഴ്ത്തിക്കെട്ടാൻ ശ്രമിച്ചും ഗുരുനിന്ദ പ്രകടിപ്പിക്കാനും ചിലർ മറന്നില്ല. (ഈ ധൈര്യം വള്ളത്തോളിന്റെ നേർക്കു മാത്രമേ ഉണ്ടായുള്ളൂ എന്നതും ശ്രദ്ധിക്കണം!) ചുരുക്കത്തിൽ അതിർകവിഞ്ഞ അന്തർമ്മുഖതയുടെയും ആത്മനിഷ്ഠതയുടെയും പേരിൽ വ്യക്തിമാത്രഗതങ്ങളായ ഉപബോധമനോവ്യാപാരങ്ങളും, ശബ്ദാർത്ഥങ്ങളുടെ തലകീഴ്മറിക്കലും (Distortion), സമകാലിക വ്യവസ്ഥിതിയോടുള്ള അമർഷരോഷങ്ങൾ പ്രകടിപ്പിക്കാനെന്ന മട്ടിൽ

'ഭിക്ഷാടനത്തിനിറങ്ങി കുന്തി
തൻ ഗർഭപാത്രത്തെ ചട്ടിയാക്കി.'
....
'ഉണ്ടൊരു തുള്ളിച്ചോര
ഇന്നെന്റെ ലിംഗാഗ്രത്തിൽ...'

എന്നും മറ്റും പടച്ചുവിടുന്ന അശ്ലീലഗന്ധിയും ജുഗുപ്സാവഹവുമായ വിലോമത്വവും (Perversion), പഴയ യമകകാവ്യചിത്രങ്ങളെയും കടംകഥകളെയും അനുസ്മരിപ്പിക്കുന്ന വിഭ്രാമകശൈലിയും ഇടകലർത്തി എഴുതപ്പെടുന്ന ഇത്തരം (അ)കവിതകളുടെ മുഖമുദ്ര—അഥവാ മുഖംമൂടി—യാണ് ദുർഗ്രഹത. അപ്പോൾ 'അവളെപ്പേടിച്ചാരും നേർവഴി നടപ്പീല' എന്ന മട്ടിൽ സഹൃദയലോകം ഈദൃശകവിതകളിൽനിന്ന് ഒഴിഞ്ഞുമാറിപ്പോകുന്നുവെങ്കിൽ, ചികിത്സ ആർക്കാണ് ആവശ്യം എന്നത് അനുക്തസിദ്ധമാണല്ലോ.

ഈ സാഹചര്യത്തിലാണ് സംസ്കൃതവൃത്തത്തിൽ മാത്രം എഴുതപ്പെട്ട ഇരുപത്തൊന്നു കവിതകൾ ഉൾക്കൊള്ളിച്ചുകൊണ്ട് നിശ്ശബ്ദമായ ഒരു വെല്ലുവിളിപോലെ 'സ്വാതിമേഘം' നിങ്ങളുടെ കൈയിലെത്തുന്നത്. ഇന്നും, സഹൃദയകേരളത്തിന്റെ ഭാഗ്യാതിരേകത്താൽ മനസ്സുനിറഞ്ഞു വായിക്കുവാനും ആസ്വദിക്കുവാനും ഉദ്ബുദ്ധത നേടുവാനും വകതരുന്ന ഉത്തമകവിതയ്ക്ക് ഉടമകളായ അപൂർവം ചില

കവിപ്രതിഭകൾ മലയാളത്തിലുണ്ട് എന്നതാണ് ഏറ്റവും ആശ്വാസ പ്രദം. അത്തരം അനുഗൃഹീതകവികളിൽ കൈപ്പുണ്യംകൊണ്ട് അദ്വി തീയനായ രമേശൻനായരുടെ സംഭാവനയാകുന്നു ഈ സ്വാതിമേഘം. ഇതിലെ കവിതകളുടെ ഉള്ളടക്കത്തിലേക്കും രചനാശില്പത്തിലേക്കും കടക്കുമ്പോൾ മുഖ്യമായും എന്നെ അലട്ടുന്ന പ്രശ്നം 'ഏതാണാദ്യം കഥിക്കേണ്ടതു; സകലതുമൊന്നാമതോതേണ്ടതല്ലോ...' എന്ന വള്ള ത്തോൾശ്ശങ്കതന്നെയാണ്.

ദക്ഷിണേന്ത്യൻ സംഗീതത്തിന്റെ കുലപതിയായ ത്യാഗരാജസ്വാമി കളുടെ സമകാലികനും, കേരളീയ സംഗീതസാമ്രാജ്യചക്രവർത്തിയും തിരുവിതാംകൂർ മഹാരാജാവുമായിരുന്ന സ്വാതിതിരുനാളിന്റെ ബഹു മുഖപ്രതിഭയാണ് ഈ കവിതയിലെ വർണ്യവിഷയം. തിരുവിതാം കൂറിന്റെ അന്നത്തെ ചരിത്രപശ്ചാത്തലം, കഥാപുരുഷന്റെ സംഗീത -കലാസപര്യ, രാജഭരണനൈപുണ്യം, വൈയക്തികദുഃഖങ്ങൾ, സംഗീത-നൃത്ത-വാദ്യാഭിനയാദികലകൾക്ക് സ്വാതി നൽകിയ പ്രോത്സാഹനം, ആ മഹാനുഭാവന്റെ ഹ്രസ്വജീവിതത്തിനുശേഷം കേരളത്തിൽ ശാസ്ത്രീയ സംഗീതത്തിനു വന്ന വരൾച്ച, തൽപരി ഹാരാർത്ഥം 'സുധാവർഷിണീരാഗത്തിൻപൊരുളായ' സ്വാതിമേഘ ത്തോട് വീണ്ടും 'പെയ്യാനണഞ്ഞാവു' എന്ന കവിയുടെ വിനീതാ ഭ്യർത്ഥന—ഇങ്ങനെ എത്രയെത്ര ആശയ സംഭവപരമ്പരകളാണ് ഈ കവിതയിൽ പ്രതിദ്ധ്വനിക്കുന്നത്!

ഒരൊറ്റ ഉദാഹരണം ഇതാ:

'നക്ഷത്രം വിളയുന്ന മണ്ഡപ, മഹ-
ങ്കാരത്തെ വാത്സല്യമായ്-
ശിക്ഷിയ്ക്കും മഹിതത്വ, മന്യകലയിൽ-
ക്കണ്ണായ പുണ്യാലയം;
രക്ഷാബന്ധ, മനേകകർമ്മവിരുതി-
ന്നേകത്വ, മാത്മാവിലും
ലക്ഷ്മീദേവിയെടുത്തണിഞ്ഞകുറി! നീ
സൗഭാഗ്യ ഭാഗ്യക്കുറി!'

ഇതിലെ ഓരോ വരിക്കുമുണ്ട് വാക്യമാലകളാൽ വിവരിക്കേണ്ട അർത്ഥസമ്പത്ത്. 'നക്ഷത്രം വിളയുന്ന മണ്ഡപം' എന്നു വായിച്ചുക ഴിയുമ്പോൾ നക്ഷത്രബംഗ്ലാവുമാത്രമല്ല ഓർമ്മയിൽ വരുന്നത്! ത്യാഗ രാജാഭിനന്ദനത്തിനുപോലും പാത്രമായ ഷഡ്കാലഗോവിന്ദമാരാർ, സുപ്രസിദ്ധങ്ങളായ ആട്ടക്കഥകളുടെ കർത്താവും പ്രശസ്തമായ

'ഓമനത്തിങ്കൾക്കിടാവോ' തുടങ്ങി ആത്മഹർഷപ്രദങ്ങളായ നിരവധി ഗാനങ്ങളുടെ രചയിതാവുമായ ഇരയിമ്മൻ തമ്പി, പരമേശ്വര ഭാഗവതർ, ത്യാഗരാജശിഷ്യന്മാരായ കണ്ണയ്യ-പൊന്നയ്യ-വടിവേലു എന്നിങ്ങനെ കർണ്ണാടകസംഗീത വിഹായസ്സിലെ ഉജ്ജ്വലനക്ഷത്രങ്ങൾ; വാദ്യം, നൃത്തം, ചിത്രമെഴുത്ത് മുതലായ ഇതര കലാമേഖലകളിലെ വിചക്ഷണന്മാർ—ഈ ഉജ്ജ്വല പ്രതിഭകളെല്ലാം ഉൾപ്പെട്ട സദസ്സാണ് സ്വാതിയുടെ 'നക്ഷത്രം വിളയുന്ന മണ്ഡപ'മായി മനസ്സിൽ തെളിയുന്നത്! അതേസമയം സഭയിലെ പണ്ഡിതോദ്ദണ്ഡന്മാരെപ്പോലും തന്റെ 'കാരുണ്യവാത്സല്യകഷായ'മായ വീക്ഷണംകൊണ്ട് വിനയാന്വിതരാക്കുന്ന സ്വാതിയുടെ വ്യക്തിത്വത്തിന്റെ കാന്തശക്തി, പ്രജാക്ഷേമതല്പരനായ ഭരണാധിപൻ എന്ന നിലയിൽ അദ്ദേഹം ജന്മം നല്കിയ മഹാസ്ഥാപനങ്ങൾ—തിരുവിതാംകൂറിലെ ആദ്യത്തെ സർക്കാർ ആശുപത്രി, ആദ്യത്തെ കോളേജ് (ഇന്നത്തെ യൂണിവേഴ്സിറ്റി കോളേജ്), നക്ഷത്രബംഗ്ലാവ്, മ്യൂസിയം തുടങ്ങിയ എണ്ണമറ്റ സ്ഥാപനങ്ങൾ —അന്നത്തെ വിദേശമേൽക്കോയ്മയുടെ (ഈസ്റ്റിന്ത്യാ കമ്പനിയുടെ) നിയമപ്രകാരം പുരുഷസന്താനമില്ലാത്ത രാജവംശങ്ങളുടെ രാജ്യങ്ങൾ കമ്പനിയുടെ ഇന്ത്യൻ പ്രവിശ്യകളിൽ തൽക്ഷണം വിലയിക്കുമെന്ന ഭീഷണി നിലവിലിരിക്കെ, തന്റെ ജനനംകൊണ്ട് തിരുവിതാംകൂർ രാജവംശത്തിന്റെ ഭരണകാലം ചിത്തിരതിരുനാൾവരെ ഒന്നര നൂറ്റാണ്ടുകൂടി നീണ്ടുനില്ക്കാൻ സഹായിച്ച ഗർഭശ്രീമാൻ! അങ്ങനെ മാതാവായ ലക്ഷ്മീഭായിയും രാജ്യലക്ഷ്മിയും മാറിലണിഞ്ഞ സൗഭാഗ്യതിലകം!... എന്നിങ്ങനെ എത്രയെത്ര ആശയപരമ്പരകളാണ് 'വാരിധിതന്നിൽ തിരമാലകളെന്നപോലെ' ഈ ഒരൊറ്റ ശ്ലോകത്തിൽ ഓളംവെട്ടുന്നത്! ഇതുതന്നെയാണ് ഓരോ ശ്ലോകത്തിന്റെയും കഥ. 'ഓടീതോടികൾ കായലിൽ' എന്നു വായിക്കുമ്പോൾ കായലിൽ ഓടിക്കളിക്കുന്ന ഓടിവള്ളങ്ങൾ മാത്രമല്ല—ഓടീ തോടികൾ—എന്ന് തോടിരാഗസ്മരണകൂടി അവിടെ കളിയാടുന്നു. സംഗീതസാർവഭൗമനായ ആ മഹാത്മാവിനെ പ്രകീർത്തനം ചെയ്യുന്ന ഈ കവിതയിൽ ആദ്യന്തം എത്ര അനായാസമായും തന്മയത്വത്തോടെയുമാണ് രാഗനാമങ്ങൾ ഇണക്കിയിട്ടുള്ളത്! എന്തൊക്കെ ഭാവചിത്രങ്ങളാണ് പദസന്നിവേശത്തിലൂടെ ആവിഷ്കരിച്ചിട്ടുള്ളത്! അമിട്ടുകുറ്റിയിൽനിന്ന് വർണ്ണശബളങ്ങളായ നിലാഗ്ഗുളികകൾ നിശാകാശത്തിന്റെ വിരിമാറിൽ പൊട്ടിവിരിഞ്ഞ് ഒളിചിതറുമ്പോൾ പ്രേക്ഷകലക്ഷം സ്വയംമറന്നു നിർവൃതിക്കൊള്ളുന്നതിന്റെ പ്രതീതിയാണ് ചിന്താബന്ധുരങ്ങളും ഭാവോജ്ജ്വലങ്ങളും 'സംഗീതഭംഗീമനോജ്ഞ'ങ്ങളുമായ ഇതിലെ

കവിതകൾ പൊതുവെയും 'സ്വാതിമേഘം' പ്രത്യേകിച്ചും അനുവാചകരിൽ ഉളവാക്കുന്നത്. 'ബ്രഹ്മാനന്ദസഹോദരം' എന്നു വിശേഷിപ്പിക്കാവുന്ന ഈ അനുഭൂതിതന്നെയല്ലേ ഉത്തമകവിത പ്രദാനം ചെയ്യേണ്ടത്? സാഹിത്യനിപുണനും ഹാസ്യസമ്രാട്ടുമായ സഞ്ജയൻ മറ്റൊരു വിശിഷ്ടകൃതിക്കു നല്കിയ ബഹുമതി– രമേശകവിതയും അർഹിക്കുന്നു എന്നു നിസ്സംശയം പറയാം. 'ഏതു കല്ലിൽ എത്ര മൃദുവായി ഉരച്ചാലും അതിന്റെ മാറ്റ് പത്തരയാണ്. എത്ര തവണ വായിച്ചാലും അതു വീണ്ടും വായിക്കാം.' ഈ ഭാവഭാസുരതയും ശൈലീവല്ലഭത്വവും സംസ്കാരസൗരഭ്യവും സംവേദനക്ഷമതയുമെല്ലാം സംയുക്തമായി വിരാജിക്കുന്നതിന്റെ സാമഞ്ജസ്യം ഇന്നു ജീവിച്ചിരിക്കുന്ന മലയാളകവികളിൽ എത്രപേരുടെ കൃതികളിൽ നിങ്ങൾക്കു കാണാൻ കഴിയുന്നു? "ദ്വിത്രാ ഏവ."

മഹാപണ്ഡിതന്മാരായ കെ.പി.നാരായണപ്പിഷാരടി, വി.എം. കുട്ടിക്കൃഷ്ണമേനോൻ, പി.സി. വാസുദേവൻ ഇളയത് എന്നിവരടങ്ങുന്ന ജഡ്ജിങ് കമ്മറ്റി 1984-ലെ ഏറ്റവും മികച്ച കവിതയായി സ്വാതിമേഘം തിരഞ്ഞെടുക്കുകയും 'പണ്ഡിതരാജൻ കാണിപ്പയ്യൂർ ശങ്കരൻ നമ്പൂതിരിപ്പാടു സ്മാരക കവനകൗതുകം അവാർഡ്' നല്കി മുക്തകണ്ഠം പ്രശംസിക്കുകയും ചെയ്തു. 'സ്വാതിതിരുനാൾ മഹാരാജാവിന്റെ സംഭാവനകളെ ഉദാത്തമായ പശ്ചാത്തലത്തിൽ അനുസ്മരിക്കുന്ന ഈ കവിതയിൽ സ്വയം ലയിക്കുന്നതോടൊപ്പം അനുവാചകമനസ്സുകളെയും ലയിപ്പിക്കുന്ന കവിയുടെ ഭാവനാസമ്പത്തിനെയും കവനവൈഭവത്തെയും അഖിലകേരള അക്ഷരശ്ലോകപരിഷത്ത് ഇതിനാൽ അനുമോദിക്കുകയും ബഹുമാനിക്കുകയും ചെയ്യുന്നു' എന്നത്രേ അവർ വിലയിരുത്തിയത്. 1985 മാർച്ചുലക്കം 'കവനകൗതുകം' വിശേഷാൽ പ്രതിയിൽ 'സ്വാതിമേഘം' പ്രസിദ്ധീകരിച്ചുകൊണ്ട് പത്രാധിപസമിതി എഴുതിയ മുഖലേഖനത്തിൽ ഈ കവിതയുടെ പ്രസക്തിക്ക് അർഹമായ നീതിമത്കരണം നല്കിക്കാണുന്നു– "ആധുനിക കവിത ശ്ലോകത്തിൽ എഴുതാൻ ആവില്ലപോലും! ആരാണ് അതു തീരുമാനിക്കാൻ? കാക്കപ്പൊന്നു കച്ചവടക്കാരനാണോ? അത്യന്താധുനികരെന്ന് ഞെളിഞ്ഞുപിരിയുന്നവർ ഈ യുവമഹാകവിയോട് ആ കവനരഹസ്യം അന്വേഷിച്ചറിയട്ടെ. 'ഏകമാപാതമധുര'മെന്നും 'അന്യദാലോചനാമൃത'മെന്നും പറഞ്ഞതിലെ ദ്വൈധീഭാവത്തെ അദ്വൈതമാധുരിയാക്കുകയാണ് രമേശൻനായരെന്ന മെലിഞ്ഞ രശ്മി ഇവിടെ നിർവഹിച്ചിട്ടുള്ളത്. സ്വാതിയുടെ വ്യക്തിത്വപ്രഭാവം. അതിന്റെ സാരാൽസാരം മുഴുവൻ, ഔചിത്യബോധത്തിന്റെ സൂക്ഷ്മദർശിനീ

നളികയിലൂടെ നോക്കിക്കണ്ടിട്ട്, സ്വർഗ്ഗത്തിലെ സ്വർണ്ണപ്പണിക്കാരന്റെ കരുതലോടെ സംഗ്രഹിക്കുക! എന്നിട്ടതുകൊണ്ട് ഒരു സംഗീത സാമ്രാജ്യം നിർമ്മിച്ചുകഴിയുമ്പോൾ ഉണ്ടായിത്തീരുന്നതെന്താണ്? ആ മഹാരാജാവിന്റെ ജീവിതമെന്ന അരമനയുടെ ഒരു പൂർണ്ണചിത്രം അനുവാചകഹൃദയത്തിന്റെ വൈകാരികയവനികയിൽ ഒരിക്കലും മായാത്ത വിധം പതിയുക! ഈ സൃഷ്ടികൗശലത്തിന്റെ വൈഭവം അനുഭൂതമാകാൻ ആദ്യം വേണ്ടത് ഇതത്രയും കാണാപ്പാഠമാക്കുകയാണ്. പിന്നെ വേണ്ടത് വീണ്ടും വീണ്ടും ഉറക്കെച്ചൊല്ലുകയും! ഈ കൃതിക്ക് പുരസ്കാരം ലഭിക്കുമ്പോൾ വാസ്തവത്തിൽ പുരസ്കൃതമാവുന്നത് ആധുനികമലയാളകവിതയുടെ ലജ്ജാവഗുണ്ഠിതമായ അഭിമാനത്തിന്റെ മുഖമാണ്."

ഗൗതമശാപാവിഷ്ടനായ ഇന്ദ്രന് ശുചിത്വം വീണ്ടുകിട്ടിയ സ്ഥലം എന്ന് പ്രഖ്യാതമായ 'ശുചീന്ദ്ര'ത്തെ അധികരിച്ചുള്ള അനുപമസുന്ദരമായ കവിതയിൽ, ഇന്നും ദാരിദ്ര്യക്കുടിലിന്റെ ഇരുട്ടിൽ ഏതേതൊക്കെയോ അഹല്യമാരെ വഴിപിഴപ്പിക്കുന്ന പാകാരിമാരുടെ സമകാലീന ചിത്രം വിശദമാണ്. അവർക്കും ശുചിത്വമരുളാനുള്ള പ്രാപ്തി ശുചീന്ദ്രനാഥനായ സ്ഥാണുമാലയമൂർത്തിയ്ക്കേ ഉള്ളൂ! സ്വാതിതിരുനാളിന്റെ കാലത്ത് അദ്ദേഹം നിർത്തൽ ചെയ്ത പ്രാകൃതശിക്ഷാസമ്പ്രദായമായ 'ശുചീന്ദ്രം കൈമുക്ക്' ഇന്നും തുടർന്നിരുന്നുവെങ്കിൽ, മഹത്ത്വത്തിന്റെ പൊയ്‌വേഷമണിഞ്ഞു നടക്കുന്ന ഇന്നത്തെ പകൽമാന്യന്മാരിൽ എത്രപേർക്ക് കൈപൊള്ളാതെ നടക്കാൻ കഴിയും എന്ന ചോദ്യവും സാർത്ഥകമായിരിക്കുന്നു. ശംഭോശങ്കരമന്ത്രമായിട്ടും, വിരലിൻതുമ്പത്തെ രുദ്രാക്ഷമായിട്ടും, അംഗാന്തസ്ഥിത സർപ്പമായ കുണ്ഡലിനീശക്തിയായിട്ടും ഭവിക്കുന്ന ശുചീന്ദ്രകഥയുടെ 'വാക്കിൻ മണം'; ധ്യാനത്തിൽ പരതുന്ന വേരുകളുമായിനിന്ന് ഇലച്ചുണ്ടത്തു പഞ്ചാക്ഷരം ജപിക്കുന്ന വടക്കേടത്തെ കണിക്കൊന്ന; അതിൽനിന്നു കൊഴിയുന്ന പൂക്കളും സഹസ്രാബ്ദങ്ങളും; ഭണ്ഡാരമൗനത്തിൽ കാലത്തിനു കടംകൊള്ളാനായി ഗാനത്തിന്റെ പിടിപ്പണങ്ങളിടുന്ന കവി; തുംഗമായ ഗോപുര ജടക്കെട്ടിൽ—ശിവന്റെ ജടയിലെന്നപോലെ—തെളിയുന്ന കലയുടെ കൗതുകം; ദേവദാസിയെപ്പോലെ വെള്ളിച്ചിലങ്കകൾ കെട്ടി നൃത്തത്തിനൊരുങ്ങുന്ന കന്യാകുമാരിക്കടൽ; നാദബ്രഹ്മം ഉറഞ്ഞ ഏകശിലയായ അദ്വൈതം (നാദശില); ഐരാവതത്തിന്റെ കൊമ്പുരസി ചുരക്കുന്ന കനിവായ കോട്ടാറ്—തുടങ്ങി എണ്ണമറ്റ എത്രയെത്ര വാങ്മയചിത്രങ്ങളാണ് ഈ കവിതയിലും അണിനിരക്കുന്നത്! ആധുനിക കാലഘട്ടത്തിലെ ഭാവസംഗ്രഹണവും

ശ്ലോകവുമായി പൊരുത്തമില്ല എന്നുറച്ചു വിശ്വസിക്കുന്നവർക്ക് കണ്ണു തുറന്നു കാണാൻ പറ്റിയ കവിതയത്രേ 'ശുചീന്ദ്ര'വും.

ശൈലിയാണു മനുഷ്യൻ (Style is the man) എന്ന ആംഗല സങ്കല്പവും രീതിരാത്മാകാവ്യസ്യപൗരസ്ത്യ സിദ്ധാന്തവും ഏകത്ര മേളിച്ചിട്ടുള്ള രമേശശൈലിയുടെ ആത്മമുദ്ര പതിഞ്ഞ സുന്ദരകൃതിയാണ് 'സോപാനഗീതം'. കാവ്യദേവതയെ അഭിസംബോധനചെയ്തുകൊണ്ടുള്ള ഈ പതിനൊന്നു പദ്യങ്ങളിലൂടെ പദ്യസാഹിത്യചരിത്രം സംഗ്രഹിക്കുക മാത്രമല്ല കവി ചെയ്യുന്നത്; പുളകോദ്ഗമകാരിയായ ഒരു ഭാവപ്രപഞ്ചംകൂടി നമ്മുടെ മുന്നിൽ തുറന്നിടുകയാണ്. മനുഷ്യനിലെ ദേവാസുരഭാവങ്ങൾ ഇരുചേരിയായിനിന്ന് ആർജ്ജിത സംസ്കാരമാകുന്ന കടകോൽകൊണ്ട് മനസ്സെന്ന പാലാഴിയെ കടയുമ്പോൾ പൊന്തിവരുന്ന അമൃതമത്രേ കവിത! വേദത്തിന്റെ ഞരമ്പിലൂടെയൊഴുകുന്ന ഹൃദ്രക്തമാണ് അത്! വാല്മീകിരാമായണവും വ്യാസഭാരതവും കണ്വാശ്രമം പോറ്റിയ പ്രേമസൗഗന്ധികവും (ശാകുന്തളം) വിരഹം പേറുന്ന മാധുര്യവും (മേഘസന്ദേശം) പ്രാചീന മലയാളഗാനങ്ങളും, ചെറുശ്ശേരി-തുഞ്ചൻ-കുഞ്ചൻ-മേല്പുത്തൂർ മുതലായ കവീശ്വരന്മാരുടെ വാഗ്വിലാസവും എല്ലാം കാവ്യദേവതയുടെ ആകാരഭേദങ്ങൾതന്നെയെന്നു കവി സമർത്ഥിക്കുന്നു. മേഘത്തെ മദ്ദളമാക്കുന്ന കലയുടെ മുറ്റം; വെൺചേങ്കിലയുടെ താളത്തിൽ—നിലാവിൽ—ദൂതു പറയുന്ന അന്നത്തിന്റെ നട; ആകാശത്തു തിരനോട്ടം നടത്തുന്ന ചുവന്നതാടി; എരിയുന്ന കേളിവിളക്ക്—എന്നിങ്ങനെയുള്ള അചുംബിത ഭാവനാചിത്രങ്ങൾകൊണ്ട് സമൃദ്ധമാണ് ഓരോ ശ്ലോകവും! ഇവിടെ, ഭാരതീയ കലാശേവധിയിലേക്ക് കേരളത്തിന്റെ അനർഘസംഭാവനയായ കഥകളിയിലെ തൗര്യത്രികമാധുര്യവും പ്രപഞ്ചകേളിയുടെ പശ്ചാത്തലത്തിൽ കവി വ്യംഗ്യഭംഗിയോടെ ആവിഷ്കരിച്ചിരിക്കുന്നു. ആ ശ്ലോകം നോക്കുക:

'മേഘം മദ്ദളമാക്കിടുന്ന കല തൻ
മുറ്റത്തു വെൺചേങ്കില-
ത്താളം ദൂതു പറഞ്ഞൊരന്നനടതൻ
സോപാനസംഗീതമേ,
ആകാശത്തു ചുവന്നതാടി തിരനോ-
ക്കുമ്പോൾക്കൊളുത്തുന്നു നീ-
യാഹാ കേളിവിളക്കു! നിന്റെ ചിരിമോഷ്-
ടിപ്പൂ ചിലമ്പൊച്ചകൾ!'

ആസ്വാദകന്റെ തലത്തിൽ മറ്റൊരു പ്രബന്ധത്തിനുതന്നെ വക തരുന്ന കവിതയാണ് 'സോപാനഗീതം.' വിസ്തരഭയത്താൽ മന സ്സിനെ നിയന്ത്രിക്കുകയേ കരണീയമായിട്ടുള്ളൂ എന്നുമാത്രം.

മലയാളകവിതയിലെ രാജശില്പിയായ മഹാകവി ജിയോട് കവി ക്കുള്ള ആരാധനയുടെ മനോരഞ്ജകമായ ആവിഷ്കരണമത്രേ 'നന്ദി പൂർവം, സൂര്യകാന്തി.'

'അച്ഛസ്ഫാടിക ശില്പതന്ത്രമുളിതൻ
തുമ്പത്തു കുമ്പിട്ടൊരി-
ത്തച്ചൻ തൻ തറവാട്ടുകാർക്കു മുതൽകൂ-
ട്ടും ചന്ദനക്കട്ടിലിൽ
ഇച്ഛാകാമുകനാദ്യരാത്രി പകലാ-
ക്കുമ്പോൾത്തുളുമ്പുന്നതെ-
ന്തച്ഛിന്നം മിഴി കൈരളിയ്ക്കു, ചിറകാർ-
ന്നെത്തുന്ന ഭാഗ്യത്തിലോ?'

'ചന്ദനക്കട്ടിലി'ന്റെ സാർത്ഥകത്വം ഇവിടെ എത്ര ഉദാത്തമായ ഒരു ഭാവമേഖലയെ പുൽകിനില്ക്കുന്നു എന്നു നോക്കുക.

വിശ്വേശ്വരന്റെ 'കോസ്മിക് ഡാൻസ്'—'ശിവതാണ്ഡവം' എന്ന 'ജി'യുടെ ഉദാത്തഗംഭീരമായ കവിത രമേശഹൃദയത്തെ ഉന്മഥനം ചെയ്തതിന്റെ മധുരോദാരമായ സാഫല്യം തുടർന്നുള്ള ശ്ലോകത്തിൽ കാണാം.

'നീളുന്നൂ നിഴലന്തിവിണ്ണി, ലിഴയു-
ന്നല്ലോ കരിത്തോൽ, തുടു-
ത്താളുന്നൂ നിടിലാഗ്നി, ദൂരെയിളകി-
ച്ചായുന്നു ചന്ദ്രക്കല;
പാളുന്നൂ പലപാടു നൂൽച്ചരടുവി-
ട്ടൂർന്നെത്ര രുദ്രാക്ഷ, മു-
ത്താളം താണ്ഡവമാടിടുന്നു ഭവമാം
ഭാവത്തിൽ സത്യം, ശിവം!'

അതുപോലെ താൻ ഹൃദയത്തിൽ താലോലിച്ചുപോരുന്ന ഒരു മാതൃകാ—പ്ലാറ്റോണിക്—റിപ്പബ്ലിക്കിന്റെ ഭാവനാസുന്ദരമായ ഭാസുര ഛായ 'മനോരാജ്യം' എന്ന കവിതയിൽ ആവിഷ്കരിക്കുന്നു.

'ഇല്ലാ ജാതിമതങ്ങൾ, വർഗ്ഗസമരം
സംഘർഷ, മെൻ നാട്ടിലി-
ങ്ങെല്ലാപേർക്കുമൊരൊറ്റ ഭാഷ, യൊരുമെ-
യ്യൊന്നേ കൊടിക്കൂറയും;

ഉല്ലാസം മുഖമുദ്ര, മുത്തുവിളയാ-
നദ്ധ്യാനശീലം, നിശാ-
മുല്ലപ്പന്തലിലൊത്തിരുന്നു രസ സ-
ല്ലാപത്തൊടത്താഴവും!'

പള്ളിയുണർത്താൻ ഭൂപാളമാവുന്ന കിളിച്ചെത്തങ്ങൾ, പൊൽക്കണിവയ്ക്കുന്ന ഉഷഃകന്യക, വെണ്ണക്കല്പടവിൽ കസ്തൂരിക്കുഴമ്പു തീർക്കുന്ന സുതാര്യവെയിൽ, തേവാരപ്പുരയിൽ ശുകങ്ങൾ ഉരുവിടുന്ന വേദം, ചന്ദനവൃക്ഷങ്ങൾക്കു മുടിതോർത്തുന്ന മുകിൽത്തോർത്തുകൾ, കവിതാനദിക്കു മുലയൂട്ടുന്ന ശൈലസ്തനം, പച്ചോലക്കുട ചൂടിനിന്ന് മഴകാണുന്ന തെങ്ങുകൾ, ചുരന്ന അകിടുമായി കിടാങ്ങളുടെ പിന്നാലേ നടന്ന് ദയയ്ക്കു കെഞ്ചുന്ന പൈത്തള്ളമാർ—ഇങ്ങനെ അത്യാകർഷകങ്ങളായ എത്രയോ വാങ്മയചിത്രങ്ങളുടെ പ്രദർശനശാലയായ ഈ കവിതയിൽ സന്ധ്യമറഞ്ഞാൽ, ഇരുട്ടത്ത് മാൻതോലണിഞ്ഞ് പുലികൾക്കും പുലിയായ നേതാവ് ഇരതേടി ഇറങ്ങുകയില്ലെന്നും, ശാന്തിക്ഷേത്രത്തിന്റെ പരിസരത്ത് സുകൃതപ്പുൽമേട്ടിൽ ജനസന്തോഷങ്ങൾ നിർബ്ഭയം മേഞ്ഞുനടക്കുമെന്നും പ്രത്യാശിക്കുന്നു. ആത്മീയമായ സന്താപംപോലും തീണ്ടാത്ത രാജ്യമത്രേ ഈ മനോരാജ്യം.

"കാപട്യം, ചതി, കണ്ണുനീരു, കുതികാൽ-
വെ,ട്ടർഥമില്ലാത്ത വാ-
ക്കാപത്സന്ധി, യകാലമൃത്യു, മദമാ-
ത്സര്യം, മതം, പാതകം,
പാപം, ചൂഷണ, മീതിബാധ, യൊഴിയാ-
രോഗങ്ങ, ളാത്മീയ സ-
ന്താപം പോലുമെഴാത്ത രാജ്യ,മിതു ഞാൻ
വാഴും മനോരാജ്യമാം!'

മനോരാജ്യത്തിൽ എന്തിന് അർദ്ധരാജ്യം? എന്നു ചോദിക്കുന്നവരുണ്ടാകാം. പക്ഷേ, ആത്യന്തികമായി ശുഭാപ്തിവിശ്വാസം പുലർത്തുന്ന ഈ കവി തുഞ്ചത്താചാര്യനെപ്പോലെ സദാചാരത്തിന്റെ ശീർഷഘാതികളായ പല സംഭവങ്ങളെയും 'നീരസങ്ങൾ വിസ്തരിച്ചിട്ടെന്തുകാര്യം നമുക്കിപ്പോൾ?' എന്ന നിർമ്മമതയോടെ പിൻതള്ളിക്കൊണ്ട്, ലോകക്ഷേമത്തിനുതകുന്ന ചിരസ്ഥായികളായ മാനുഷികമൂല്യങ്ങളെ തന്റെ കവിതകളിലൂടെ ഉയർത്തിപ്പിടിക്കുകയും, അവയുടെ സാക്ഷാത്കാരത്തിൽ മാനവജീവിതം ഇന്നല്ലെങ്കിൽ നാളെ ധന്യമാകുമെന്നു പ്രത്യാശിക്കുകയും ചെയ്യുന്നു.

'സോമയാഗം' എന്ന കവിത യാഗത്തെയല്ല, ജീവിതത്തെത്തന്നെയാണു സാധൂകരിക്കുന്നത് എന്ന സത്യം സൂക്ഷ്മദൃക്കുകൾക്ക് കാണാൻ കഴിയും. ആർഷസംസ്കാരത്തിന്റെ ദീപയഷ്ടികൂടിയാണ് അത്.

'ഞാനത്രേ യജമാന, നെന്റെ മിഴിയിൽ-
ത്രേതാഗ്നി, ഋത്വിക്കിനെ-
ദ്ധ്യാനത്തിൽപ്പൊതിയുന്ന ശാലയുമിവൻ-
താ, നെന്റെ കയ്യേ സ്രുവം;
ഈ നട്ടെല്ലിതു യൂപ, മെന്റെ യഹമാ-
കുന്നൂ ഹവി,സ്സെൻ മന-
സ്സാണല്ലോ പശു, സോമയാഗകലയാ-
ണിന്നെൻ ദ്വിതീയാശ്രമം!'

യജമാനനും അഗ്നിയും യാഗശാലയും സ്രുവവും യൂപവും ഹവിസ്സും പശുവും തുടങ്ങി സമസ്ത യജ്ഞോപകരണങ്ങളും മനുഷ്യന്റെ ശരീരമനസ്സുകളുടെ വിവിധ ഘടകങ്ങളാണെന്നത്രേ കവി ഇവിടെ നിർദ്ധാരണം ചെയ്യുന്നത്. ചുരുക്കത്തിൽ യഥാവിധിയുള്ള മനുഷ്യധർമ്മാനുഷ്ഠാനമല്ലാതെ മറ്റൊന്നുമല്ല യാഗം!

തികച്ചും ആധ്യാത്മികമായ—പ്രകൃതിപുരുഷസംയോഗത്തിന്റെ—ജീവാത്മാപരമാത്മാബന്ധത്തിന്റെ—അഭേദ്യതയാകുന്ന അദ്വൈതഭാവത്തിന്റെ വിദ്യുന്മേഖലയാണ് 'അഗ്രേപശ്യാമി'യിൽ അനാച്ഛാദിതമാകുന്നത്. വിശ്വൈകശക്തിയിൽ വിലയംപ്രാപിക്കാനുള്ള മനുഷ്യാത്മാവിന്റെ ത്വരയാണ് വ്യംഗ്യമധുരമായി ഇതിലുടനീളം പ്രതിപാദിക്കുന്നത്.

'അഗ്രേപശ്യാമിയേതോ യമിയുടെ ഹൃദയം
പോലെ സാഫല്യമോളം-
വെട്ടും പാലാഴി, ഭസ്മത്തിരകളെ വിരിമാ-
റത്തു പൂശുന്ന തീരം;
നിത്യധ്യാനത്തെ മൂടിപ്പൊതിയുവതിനു വല്-
മീകമാകാശ,മെല്ലാം
കല്പിച്ചീടുന്ന കൗമോദകിയുടെ തണൽ പ-
റ്റുന്ന സംഭ്രാന്തലോകം!

അങ്ങനെയുള്ള വാങ്മയചിത്രങ്ങളുടെ ഒരു പരമ്പരതന്നെയുണ്ട് ഈ കവിതയിൽ.

പുണ്യശ്ലോകനായ ഭക്തകവി ഓട്ടൂർ ഉണ്ണിനമ്പൂതിരിപ്പാടിന്റെ കൃതികളുടെ രസനിഷ്യന്ദിയായ ഒരാസ്വാദനം എന്ന നിലയ്ക്ക് എഴുതപ്പെട്ടതാണെങ്കിലും തനതായ മുദ്രയുള്ള ഒന്നത്രേ 'ഓട്ടൂർക്കവിത'.

'മേല്പുത്തൂരിൽ വിഭക്തിയാ, യെളിയപൂ-
ന്താനത്തിലോ ഭക്തിയായ്
മേൽക്കൂരത്തണലറ്റ വാരിയരിലോ
നിർവ്വേദപാരമ്യമായ്
മേയ്ക്കാടിൽത്തിരുനാമമന്ത്രമധുവാ-
യും തീർന്ന കണ്ണാ, ഭവാൻ
മേയ്ക്കും പൈക്കൾ ചുരത്തിടും മധുരമോ
ഓട്ടൂർക്കൃതിയ്ക്കേകി നീ?'

എന്നാണ് കവിക്ക് ഗുരുവായൂരപ്പനോടു ചോദിക്കുവാനുള്ളത്.

യശഃശരീരനായ അതിരാത്രശില്പി ഏർക്കര രാമൻനമ്പൂതിരിയുടെ ശതാഭിഷേകത്തിന് കവി ഒഴുക്കിയ ഹൃദയതീർത്ഥം പദ്യരത്നങ്ങളായി ഭവിച്ച കവിതയാണ് 'വേദരത്നം'. 'കുമാരപഞ്ചക'മാകട്ടെ കവിയുടെ കറയറ്റ ഷഡാനനഭക്തി ദ്വേധാ? (പിതൃപൂജയടക്കം) വിളിച്ചറിയിക്കുന്നു. ഹൃദയത്തെ മുഗ്ദ്ധമായ ഭക്തിഭാവത്തിന്റെ ആന്ദോളനത്തിൽ മോഹിപ്പിക്കുന്ന കവിതയത്രേ 'ധ്യാനലഹരി'. ധ്യാനത്തിന്റെ പാരമ്യത്തിൽ കണ്ണ്, നാവ്, കാത്, ത്വക്ക്, നാസിക എന്നീ പഞ്ചേന്ദ്രിയങ്ങളുടെ മധുരാനുഭവം ലയമധുരമായി വിശദീകരിക്കുന്നതിലെ പുതുമ പ്രശംസനീയമായിരിക്കുന്നു. ഗുണപക്ഷത്തിൽ അഹമഹമികയാ മുന്നിട്ടുനില്ക്കുന്നവതന്നെയാണ് മറ്റു കവിതകളും. സ്ഥലപരിമിതിയാൽ അവയെക്കുറിച്ചു വിശദീകരിക്കാൻ കഴിയുന്നില്ല. ഉള്ളൂർക്കവിതകളുടെ തിടമ്പെഴുന്നള്ളിക്കുന്നതുപോലെയുള്ള 'ഋഷിപൂജ', മുഗ്ദ്ധമായ ഗാർഹികപ്രേമത്തിന്റെ പ്രശസ്തിപത്രമായ 'ചന്ദ്രോദയം', കാലി മേയ്ക്കാൻ വരുന്ന കൃഷ്ണനെ നേരിട്ടു കണ്ടേ അടങ്ങൂ എന്നു കാത്തിരുന്ന് ആ ദർശനഭാഗ്യം നേടി അതോടെ പിന്നൊന്നും കാണാൻ കഴിയാത്ത അവസ്ഥയിലെത്തിയ ഒരാത്മാവിന്റെ കഥ പറയുന്ന മനോഹരമായ 'കൃഷ്ണഗാഥ' എന്നിവ വിശദമായ പരിചിന്തനം അർഹിക്കുന്നു എന്നുമാത്രം പറഞ്ഞുനിർത്തട്ടെ.

'ഒറ്റമണികൾ' എന്ന ശീർഷകത്തിൽ കോർത്തെടുത്തിട്ടുള്ള മുക്തകങ്ങളിൽ, ഒറ്റനോട്ടത്തിൽത്തന്നെ നമ്മെ പിടിച്ചുനിർത്തുന്ന ഒരു മുക്തകമുണ്ട്: സാക്ഷാൽ മുത്തുതന്നെയാണത്—'തോന്നയ്ക്കലിലെ സന്ധ്യ'. ആശാൻകവിതയുടെ സാരാൽസ്സാരം മുഴുവൻ അതിലുണ്ട്!

'ഈശാവാസ്യമുണർന്നഹൈമവതസ-
ത്സാനുക്കളിൽ, ഭാഷത-
ന്നാശാപൗർണമി പൂത്തുലഞ്ഞു കുടനീർ-
ത്തീടുന്ന തോന്നയ്ക്കലിൽ

ഹാ! ശബ്ദം ബലിപുഷ്പമായി വിരിയു-
ന്നേരത്തു പൊൻതൂവലാ-
ലാശാൻ കാവിപുരട്ടുമക്ഷരകലാ-
സന്ധ്യേ, ത്രിസന്ധ്യാഞ്ജലി!'

സഹൃദയകേരളത്തിന്റെ മുക്തകണ്ഠമായ പ്രശംസപിടിച്ചുപറ്റുന്ന ഈ ശ്ലോകം ഇതഃപര്യന്തം മലയാളത്തിൽ കാണാത്തവിധം ആശാൻകവിതയുടെ ആത്മതേജസ്സിനെ ശക്തവും ഭാവോജ്ജ്വലവുമായി ആവാഹിച്ചെടുത്തിരിക്കുന്നു.

കവി എത്രതന്നെ 'ശക്തിഭദ്ര'നായിരുന്നാലും വിശ്വഗുരുവിന്റെ അനുഗ്രഹമില്ലെങ്കിൽ പ്രസ്തുത കവനശക്തി നിഷ്ഫലമാണെന്നു വ്യക്തമാക്കുന്നു 'ചൂഡാമണി' എന്ന 'സുകുമാര' കവിത.

'ക്രൗഞ്ചത്തിൻ വിരഹം പ്രപഞ്ച, മതിലെ
ശ്ലോകങ്ങൾ ശോകങ്ങ,ളെൻ-
നെഞ്ചിൽക്കാരണവാരിധിത്തിരകൾ ത-
ന്നുച്ചണ്ഡഭേരീരവം;
പഞ്ചപ്രാണനടക്കിയിന്നുമലയു-
ന്നല്ലോ ഗുഹൻ ഞാൻ, വെറും-
വഞ്ചിക്കാര, നയോദ്ധ്യതന്റെ കുളിരേ!
എന്നെത്തുഴഞ്ഞാവു നീ!'

എന്നത്രേ പരമാചാര്യനായ പ്രപഞ്ചഗുരുവിനോട് കവിയുടെ ഉള്ളഴിഞ്ഞ പ്രാർത്ഥന.

'ജനനീ ജന്മഭൂമിശ്ച
സ്വർഗ്ഗാദപി ഗരീയസി'

എന്ന ആപ്തവാക്യത്തിന്റെ മധുരോദാരമായ വ്യാഖ്യാനമാണ് 'അമ്മ വിളിക്കുന്നു!' എന്ന കവിത. മഹത്തായ പാരമ്പര്യവും അളവറ്റ സമൃദ്ധിയും അഴകും പുണ്യവും ഐക്യവുമെല്ലാം തികഞ്ഞിരുന്ന ഒരു തറവാട്; മറ്റാർക്കോവേണ്ടി തമ്മിലടിച്ചു നശിക്കുന്ന അംഗങ്ങളുടെ മൗഢ്യം; കാണെക്കാണെ തകരുന്ന കുടുംബം, അതിന്റെ ഇന്നത്തെ ദയനീയാവസ്ഥയിൽ കവിക്കുള്ള അടങ്ങാത്ത ദുഃഖം, തുച്ഛമായ സ്വാർത്ഥലാഭങ്ങളുടെ പേരിൽ അറിഞ്ഞും അറിയാതെയും തറവാടു മുടിച്ച ആരോടൊക്കെയോ ഉള്ള അമർഷം; നഷ്ടപ്രതാപങ്ങൾ വീണ്ടെടുത്ത് ഒറ്റക്കെട്ടായിനിന്ന് അമ്മയുടെ മാനം കാക്കാനുള്ള ആഹ്വാനം—ഇതൊക്കെ ഈ കവിതയിൽ അലതല്ലുന്നു:

ശ്രീരാമനെപ്പെറ്റവളെന്റെയമ്മ
ശ്രീകൃഷ്ണനെപ്പെറ്റവളെന്റെയമ്മ
ശ്രീബുദ്ധനെപ്പെറ്റവളെന്റെയമ്മ
ശ്രീത്വങ്ങളെപ്പെറ്റതുമെന്റെയമ്മ!

അങ്ങനെയുള്ള അമ്മയുടെ തറവാട്ടിൽ സ്വന്തം മക്കളുടെ പിടിപ്പു കേടുകൊണ്ട്,

'വിളക്കു സന്ധ്യയ്ക്കു കൊളുത്തുവാനും
വിളിച്ചു ചോദിക്കണമെന്നുവന്നാൽ'

അതിൽപ്പരം ജളത്വം മറ്റെന്തുണ്ട് എന്നത്രേ കവിയുടെ ധീരമായ ചോദ്യം.

ഈ സമാഹാരത്തിന്റെ ഉപസംഹാരമാണ് 'ചിത്തിരസ്മൃതി'. ഈ നൂറ്റാണ്ടിൽ ഭാരതം കണികണ്ട മഹാരാജാക്കന്മാരിൽ പ്രജാ സേവനംകൊണ്ടും സ്വഭാവവൈശിഷ്ട്യം കൊണ്ടും ലളിതമധുരമായ ജീവിതചര്യകൊണ്ടും ഏറ്റവും സമാരാദ്ധ്യനായ തിരുവിതാംകൂർ മഹാ രാജാവ് ശ്രീചിത്തിരതിരുനാൾ ബാലരാമവർമ്മ നാടുനീങ്ങിയപ്പോൾ മനസ്സുരുകി കവി അർപ്പിച്ച തിലോദകമാണ് ഇത്. ആത്മരക്തത്തിൽ തൂലിക മുക്കി എഴുതിയതിന്റെ തീക്ഷ്ണത ഇതിലുണ്ട്. നന്മയുടെ ഒരു കാലഘട്ടം എന്നെന്നേയ്ക്കുമായി പൊലിയുന്നതിലുള്ള അഗാധ മായ ഹൃദയവ്യഥ ഇതിലുടനീളം അലതല്ലുന്നുണ്ട്.

'സ്നേഹിക്കാൻ, ഭക്തിപൂർവം തിരുനടയണയാൻ,
കുമ്പിടാൻ, നിന്നെ നിത്യം-
ധ്യാനിയ്ക്കാൻ, തന്റെയോമൽ പ്രജകളെ സദയം
കാക്കണേയെന്നു കേഴാൻ
ആനന്ദക്കണ്ണുനീരാലൊരു കടലവിടെ-
ത്തീർത്തു, സാഷ്ടാംഗമങ്ങേ-
പ്പാദത്തിൽപ്പത്മമാവും തിരുവടിയെവിടെ-
പ്പോയിതെൻ പത്മനാഭാ?

നിന്റെ പാദപത്മത്തിൽ, തന്റെ പ്രജകളുടെ നിത്യക്ഷേമം മാത്രം പ്രാർത്ഥിച്ച്, മറ്റൊരു പത്മമായി ദിവസേന വീഴുന്ന ആ പുണ്യ ശ്ലോകനായ രാജർഷി ഇനി ഒരിക്കലും മടങ്ങിവരാതെ എവിടെപ്പോയി? ജഗത്കാരണനായ സാക്ഷാൽ ശ്രീപത്മനാഭനുപോലും ഉത്തരം പറയാൻ വേദനയുള്ള, ഉള്ളുരുക്കുന്ന ഒരു ചോദ്യം! ശ്രീപത്മനാഭ ദാസനായ മഹാരാജാവിന്റെ ജീവിതനിയോഗം മുഴുവൻ ഒരൊറ്റ ശ്ലോക ത്തിൽ അടങ്ങുന്നു!

കാലത്തിന്റെ ചുമരെഴുത്തും ജനഹിതവും കണ്ടറിഞ്ഞ് ഹൈന്ദവ സമുദായത്തിലെ ബഹുഭൂരിപക്ഷം വരുന്ന അവർണ്ണജനതയ്ക്ക് ഭാരത ചരിത്രത്തിലാദ്യമായി ക്ഷേത്രപ്രവേശനം അനുവദിച്ച്, അവർക്ക് ആരാധനാസ്വാതന്ത്ര്യം നല്കി, മഹാത്മജിയുടെ അഭിനന്ദനത്തിനു പാത്രമായി, ഭാരതസ്വാതന്ത്ര്യപ്പുലരിയിൽ ജനാഭിലാഷം മാനിച്ച് സിംഹാസനവും കിരീടവും ചെങ്കോലും ഉപേക്ഷിച്ച്, ജനാധിപത്യഭരണത്തിനു കളമൊരുക്കുകയും, ശിഷ്ടകാലം ശ്രീപത്മനാഭദാസൻ മാത്രമായി, അത്യന്തം വിനയാന്വിതനായി, ലളിതമായ ജീവിതചര്യ തുടർന്ന്, കാലയവനികയ്ക്കുള്ളിൽ മറയുകയും ചെയ്ത ആ മാതൃകാമഹാരാജർഷിയുടെ മഹനീയചിത്രം എത്ര മിഴിവോടെയാണ് ഈ കവിതയിൽ ജീവൻ തുടിച്ചുനില്ക്കുന്നത്! കൈപ്പുണ്യത്തോടൊപ്പം കൈയടക്കവുമുള്ള സിദ്ധാർത്ഥനായ ഈ കവിയെ സംബന്ധിച്ചിടത്തോളം ഇതൊക്കെ ഈ മട്ടിലായില്ലെങ്കിലേ അത്ഭുതപ്പെടുവാനുള്ളൂ.

'കർണ്ണൻപോലെയരിഞ്ഞു നല്കിയവിടു-
ന്നങ്ങേയ്ക്കു കൈവന്നതാം
സ്വർണ്ണത്തിൻ കവചത്തെയി പ്രജകൾ തൻ
ധർമ്മത്തെ മാനിക്കുവാൻ;
കർണ്ണം പോറ്റിയ കുണ്ഡലങ്ങളെയും! ഈ
നാട്ടാർക്കു നീ ചിത്തമാം
സ്വർണ്ണക്ഷേത്ര കവാടമങ്ങനെ തുറ-
ന്നിട്ടൂ മഹാപുണ്യമേ!'

അങ്ങനെ, ഈ കവിതാസമാഹാരം സ്വാതിതിരുനാളിൽത്തുടങ്ങി ചിത്തിരതിരുനാളിൽ സമാപിച്ചത് ചരിത്രനീതിയുടെ ഒരു യാദൃച്ഛിക വിസ്മയം കൂടിയായി. സൂക്ഷ്മഭാവസ്പന്ദങ്ങളുടെ ലയമധുരമായ ആവിഷ്കാരം, വ്യംഗ്യഭാസുരമായ കവനശൈലി, സിദ്ധാർത്ഥപദങ്ങളുടെ വാചംയമിത്വം, ആർഷസംസ്കാരപ്പൊലിമ, ശബ്ദമധുരവും ശക്തിമഹിതവുമായ ഭാവരൂപഭദ്രത, ആകർഷകങ്ങളായ മൗലികബിംബങ്ങളുടെ ആദ്യന്തമുള്ള തീർത്ഥയാത്ര, തികഞ്ഞ കൈയടക്കം, തെളിഞ്ഞ കൈപ്പുണ്യം തുടങ്ങിയ ഉത്കൃഷ്ടകാവ്യധർമ്മങ്ങളാൽ ധന്യധന്യവും സമ്പന്നവുമായ 'സ്വാതിമേഘം' മലയാളകവിതയുടെ അന്തസ്സും പ്രൗഢിയും ഉയർത്തിപ്പിടിക്കുന്നു. സ്വച്ഛമായ ദാഹജലം പോലെ വിശ്വസ്തമായ കവിതയ്ക്കുവേണ്ടി കാത്തിരിക്കുന്ന കവിതാപ്രേമികൾക്കും അർത്ഥവത്തായ പുതുമ ആഗ്രഹിക്കുന്ന അക്ഷരശ്ലോക കലാകാരന്മാർക്കും ഈ മേഘം അമൃതവർഷിണിയായി ത്തീരും എന്ന കാര്യത്തിൽ പക്ഷാന്തരമില്ല.

■